என்றென்றும் தாரா

தேர்ந்தெடுக்கப்பட்ட குறுநாவல்கள்

கமலாதாஸ்

தமிழில்: நிர்மால்யா

என்றென்றும் தாரா	:	குறுநாவல்கள்
ஆசிரியர்	:	கமலாதாஸ்
தமிழில்	:	நிர்மால்யா
	:	© ஆசிரியருக்கு
முதற்பதிப்பு	:	டிசம்பர் 2022
வெளியீடு	:	வம்சி புக்ஸ்
		19, டி.எம்.சாரோன்,
		திருவண்ணாமலை - 606 601
		9445870995, 04175 - 235806
அச்சாக்கம்	:	மணி ஆப்செட், சென்னை - 600 077
விலை	:	₹ 200/-
ISBN	:	978-93-93725-14-1

Endrendrum thaara	:	Novella
Author	:	kamaladas
In Tamil	:	Nirmalya
	:	© Author
First Edition	:	December - 2022
Published by	:	Vamsi books
		19.D.M.Saron,
		Tiruvannamalai - 606 601
		9445870995, 04175 - 235806
Printed by	:	Mani Offset, Chennai - 600 077
	:	₹ 200/-
ISBN	:	978-93-93725-14-1

www.vamsibooks.com - e-mail: vamsibooks@yahoo.com

தாராவின் மீதான என் காதல்...

மலையாள கவிஞர் என்று சுருக்க முடியாமல் நவீன பெண் எழுத்தின் குத்தகைக்காரியாய் தன் மனதை எந்த ஒளிவுமின்றி எழுதிய கமலாதாஸ் பல பெண்களைப் போலவே எனக்கும் மிக நெருக்கமானவர். கல்லூரி காலங்களில் மாதவிக்குட்டி என்று அறியப்பட்டவரின் சில கவிதைகள், அவரின் 'என் கதை' என படித்து மிகுந்த ஈர்ப்புக்குள்ளாகியிருந்தேன். யாரோ ஒரு பெண் என்னைப்பற்றி எழுதுகிறாளே என்ற எண்ணம் எல்லா பெண்களைப் போலவே எனக்குள்ளும் வந்தது.

தீவிர இலக்கியப் பரிச்சயம் ஏற்பட்டு வாசிக்க ஆரம்பித்த நாட்களில் அது என்னை மொழிபெயர்ப்பின் வழி கூட்டிச்சென்று அரபிக் கடலோரம் கரை சேர்த்தது. பூர்வீகம் கேரளா என்பதால் மொழிபெயர்ப்பும் அப்படியே அமைந்தது. பாலசந்திரன் சுள்ளிக்காடு எழுதிய சிதம்பர நினைவுகள் புத்தகத்தில் 'ராஜகுமாரியும் யாசகபாலனும்' என்ற பகுதியை வாசித்து தமிழில் கொண்டுவந்தபோது முழுமையாய் மாதவிக்குட்டி என்ற எழுத்துகாரியின் பித்து எனக்குள் ஏறியிருந்தது.

''நெருப்பின் உட்கரு நிறமுள்ள புடவை உடுத்தியிருந்தார். அவிழ்த்து தொங்கவிடப்பட்டிருந்த கார்மேகக் கூந்தல். நெற்றியில் பெரியதாய்ச் சிவப்புப் செந்தூரம். கழுத்திலும் காதிலும் கையிலும் காலிலும் வெள்ளி ஆபரணங்கள். ரத்னாபரணங்கள். இடுப்பை அலங்கரிக்கும் பெரிய வெள்ளிச் சாவிக்கொத்து. ஆஜானுபாகுவான ஒரு பெண். முகத்தில் ராஜ குடும்பத்தின் தேஜஸ். சித்தோர் அரண்மனையில் அக்னிபிரவேசம் செய்யக் காத்திருந்த ராணி பத்மினியின் தோற்றம் என் முன்னே நிழலாடியது போன்ற பிரமை.''

இதை வாசித்ததிலிருந்து எப்போதுமே தங்க நகைகள் அணியாத நான் சுத்தமாக அதை விட்டுவிட்டு பாசிகள், மரத்திலான ஆபரணங்கள் கண்ணாடியிலான ஆபரணங்கள் என அணிய ஆரம்பித்தேன். வெளித்தோற்றம் மட்டுமே மாற்றிக் கொண்டால் போதாது எனத் தீவிரமாய் வாசிக்கவும் எழுதவும் ஆரம்பித்தேன். காத்திரமாக 12 புத்தகங்கள் வந்திருந்த ஒரு நாளில் கேரள சாகித்திய அகாடெமியிலிருந்து தோழர். மோகனன் கூப்பிட்டு, ' நீர் மாதளம்' என்றொரு நிகழ்ச்சியை திருச்சூருக்குப் பக்கத்தில் கமலாதாஸின் நாலாபாட் வீட்டில் ஏற்பாடு செய்கிறோம். அதற்கு இந்திய அளவில் ஐந்து பெண் படைப்பாளிகளை அழைக்க முடிவெடுத்துள்ளோம். ஐந்து பேரில் ஒருவராக நீங்கள் வர முடியுமா என்று கேட்ட நிமிடம் என் வாழ்வில் மிக முக்கியமானது.

காரில் இரவு முழுக்க பயணப்பட்டு விடிகாலையில் நாலாபாட் வீட்டிற்குப் போய், கமலாதாஸ் நடந்த, அவர் மூச்சுக்காற்று பட்ட, அவர் குளித்த வீட்டுக்குளத்திற்குப் போயென எல்லையற்ற

பரவசத்திலிருந்தேன். அது வீடல்ல, மாளிகை. கேரள பாரம்பரியத்தின் இம்மி பிசகாமல் பராமரிக்கப்பட்ட மாளிகை. அந்த சிலிர்ப்பு அடங்கவே பல மாதங்களானது.

அப்போதிருந்தே கமலாதாஸின் ஏதாவதொரு படைப்பை வம்சி பதிப்பகத்தின் மூலம் கொண்டு வரவேண்டுமென்பது எனக்கு அடங்காத ஆசை. மூன்று மாதங்களுக்கு முன்பு நான் மிகவும் மதிக்கும் மொழிபெயர்ப்பாளரும் என் முன்னத்தி ஏருமான நிர்மால்யாவிடம் கேட்டபோது அவர் அதை உளபூர்வமாக ஏற்றுக் கொண்டதோடு புதிய இரண்டு குறுநாவல்களையும் சேர்த்து , தேர்ந்தெடுக்கப்பட்ட நான்கு நாவல்களை எனக்கு மொழி பெயர்த்து தந்திருக்கிறார். அவருக்கு என் பேரன்பு.

பல வருடங்களாய் அடங்காமல் எனக்குள் எரிந்து கொண்டிருந்த நெருப்பு இப்போது சொஸ்தமாயிருக்கிறது. என் ப்ரிய எழுத்துகாரியான மாதவிக்குட்டியின் கமலாதாஸின் கமலாசுரயாவின் கைகளில் முத்தமிட்டு நன்றி சொல்கிறேன்.

எளிமையான அன்போடு,

ஷைலஜா

இதுவரை மலையாளத்திலிருந்து தமிழில் வெளிவந்த நிர்மால்யாவின் படைப்புகள்

1. சச்சிதானந்தன் கவிதைகள்- **சச்சிதானந்தன்** வெளியீடு: அகரம்

2. சந்தன மரங்கள் (சிறுகதைகள்) - **கமலாதாஸ்** வெளியீடு: உயிர்மை

3. எம்.டி வாசுதேவன் நாயரின் இரண்டு திரைகதைகள் - **எம்.டி வாசுதேவன் நாயர்** வெளியீடு: காவ்யா

4. தட்டகம் (நாவல்) - **கோவிலன்** வெளியீடு: சாகித்ய அகாதெமி

5. யாழ்ப்பாணப் புகையிலை (சிறுகதைகள்) - **காக்கநாடன்** வெளியீடு: சாகித்ய அகாதெமி

6. ஆலாஹாவின் பெண்மக்கள் (நாவல்) - **சாரா ஜோசஃப்** வெளியீடு: சாகித்ய அகாதெமி

7. சிவப்புச்சின்னங்கள் (சிறுகதைகள்) - **எம்.சுகுமாரன்** வெளியீடு: சாகித்ய அகாதெமி

8. கண்ணீரின் இனிமை- ஒரு பதிப்பாளரின் சுயசரிதை (தன்வரலாறு) - **எம்.இ. பாலகிருஷ்ண மாரார்** வெளியீடு: கவிதா பதிப்பகம்

9. செங்கோல் இல்லாமல் கிரீடம் இல்லாமல் (நாவல்) - **நூரநாடு ஹனீஃப்** வெளியீடு: கிழக்குப் பதிப்பகம்

10. பஷீர்- தனிமையில் பயணிக்கும் துறவி (வாழ்க்கைக்கதை)- **எம்.கே.ஸானு** வெளியீடு: சாகித்ய அகாதெமி

11. பெருமரங்கள் விழும்போது (சிறுகதைகள்) -

12. என். எஸ்.மாதவன் வெளியீடு: காலச்சுவடு

13. பறவையின் வாசனை (சிறுகதைகள்) - **கமலாதாஸ்** வெளியீடு: காலச்சுவடு

14. என் கதை (தன்வரலாறு) - **கமலாதாஸ்** வெளியீடு: காலச்சுவடு

15. மனிதனுக்கு ஒரு முன்னுரை (நாவல்) - **சுபாஷ் சந்திரன்** வெளியீடு: சாகித்ய அகாதெமி

16. இன்றைய மலையாளக்கவிதைகள் (ஜெயமோகனுடன் இணைந்து மொழியாக்கம்) வெளியீடு: தமிழினிப் பதிப்பகம்

17. வாழ்க்கைப்பாதை - (தன்வரலாறு) **செறுகாடு** வெளியீடு: சாகித்ய அகாதெமி

18. கேரள பழங்குடிக் கவிதைகள் (தன்னறம் பதிப்பகம்)

19. மதுபால் கதைகள் மதுபால் (அச்சில்)

சொந்தப்படைப்பு

1. மகாத்மா அய்யன்காளி (வாழ்க்கை வரலாறு)

பெற்ற விருதுகள்:
1. திருப்பூர் தமிழ் சங்கம் விருது,
2. கேரளக் கலாச்சார விருது,
3. நல்லி-திசை எட்டும் மொழியாக்க விருது
4. 2010 மொழியாக்கத்திற்கான சாகித்திய அகாதெமி விருது
5. படைப்புக் குழுமம் விருது
6. 2023 அருட் செல்வர் நா. மகாலிங்கம் மொழிபெயர்ப்பு விருது

உள்ளே.....

1. ருக்மணிக்கு ஒரு பொம்மைக் குழந்தை 9

2. சந்தன மரங்கள் 71

3. என்றென்றும் தாரா 122

4. தொலைந்து போன நீலாம்பரி 156

ருக்மணிக்கு
ஒரு பொம்மைக் குழந்தை

1

பழைய கதைதான். உறவினர் வீட்டிற்குத் தாய் விருந்துக்காகப் போன வேளையில் பருவமடையாத மகளை வளர்ப்புத் தந்தை பலாத்காரம் செய்வது! துருப்பிடித்த ஆணியாகத் தேய்ந்த, வெற்றிலைக் கறைபடிந்த இரண்டு வரிசைப் பற்களும் வெளியே தெரிய, மதில் சுவரில் சரிந்து அமர்ந்தவாறு தலையில் அடித்துக்கொண்டே கொக்கரித்துச் சிரித்தாள் அந்தக் கொழுத்த குண்டுப்பெண். அவளை ஆயி என்று அவ்வீட்டார் மரியாதையோடு அழைத்தனர்.

''அனுசுயா உன்னோட கோவிந்தன் மாதிரியான திருடன்கிட்டேர்ந்து வேறே எதை நீ எதிர்பார்க்கறே?'' பனிரெண்டு வயது மகளை விற்று, ஒப்படைத்துப் போக வந்திருந்த அந்த ஒல்லியான பெண்ணிடம் ஆயி கேட்டாள். ''போனது போகட்டும். உன்னோட அழகான மகளைப் பத்தின கவலையை இனி விட்டுடு. அவள் இங்கே சுகமா இருப்பாள். கொஞ்ச நாளைக்குப் பிறகு உனக்கு அவளை அடையாளம் கூடத்

தெரியாது. அவளுக்கு நல்ல சாப்பாடுதான் வேணும். எங்கிட்ட இருக்கிற புள்ளைங்களைப் பாரு. அவங்க யாருக்காச்சும் ஆரோக்கியம் இல்லைன்னு அனுசுயாவுக்குத் தோணுதா? காலையிலே அவங்களுக்கு முட்டையும், புரோட்டாவும் குடுக்கிறேன்.''

அந்தச் சிறுமி சுற்றுமுற்றும் பார்த்தாள். ஆங்காங்கே ஆறு இளம் பெண்கள் அமர்ந்திருந்தனர். எல்லோரும் ஆரோக்கியத்துடன் காணப்பட்டனர். மெலிந்த மணிக்கட்டில் ஆரஞ்சு நிற வளையல்களை அணிந்த சற்று ஒல்லியான பெண் ஜன்னல் வழியே மறைந்து பார்த்துக் கொண்டிருந்தாள். அவளுக்கு வயது பதினைந்துக்கு மேல் இருக்காது. எனக்குத் தோழியாக வரப் போகிறவள் இவளாகத்தான் இருப்பாள் என்று எண்ணிக்கொண்டாள் அந்தச் சிறுமி.

''ருக்மணி இங்கே வா'' உருண்டு திரண்டு தொங்கிக் கிடக்கும் தன் மார்பில் அந்தச் சிறுமியை வாஞ்சையோடு அணைத்தாள் ஆயி.

''பாவம் உன்னோட அம்மா. அவளைப் போகச் சொல்லு. அம்மா ரொம்ப தூரம் போகணும். பொழுது ஆயிடுச்சு.''

தபால்காரன் அப்போது திரும்பிப் போய்க் கொண்டிருந்தான்.

''எனக்குக் கடுதாசி ஏதாவது உண்டா?''ஆயி கேட்டாள். சைக்கிளின் வேகத்தைக் குறைத்த தபால்காரன் வேடிக்கையாய்ச் சிரித்தான்.

''பத்து வருஷத்துக்கு முன்னே வீட்டை விட்டு ஓடிப்போன பைசாவுக்குத் தேறாத என்னோட அருமை மகன்

என்னைக்காவது ஒரு கடுதாசி எழுதுவானான்னு காத்துக்கிட்டு இருக்கேன்.'' என்றாள்.

''கடுதாசி வராமப் போகாது'' புடவை முந்தானையால் சிவந்த மூக்கைத் துடைத்தவாறு ருக்குமணியின் அம்மா ஆறுதல் சொன்னாள். ''உங்க மனசு சுத்தம். ரொம்ப நாள் கடவுள் உங்களைச் சங்கடப்படுத்த மாட்டார்''.

உலர்ந்து போன விழிகளால் ருக்மணி தன் தாயைப் பார்த்தாள். வீட்டை விட்டு வந்ததில் அவளுக்கு வருத்தமில்லை. அவளுடைய தந்தை காணாமல் போன பிறகு வீட்டிற்கு வந்து சேர்ந்த வளர்ப்புத் தந்தை ஒரு 'மிருகம்'. அந்த ஆள் தினந்தோறும் அம்மாவைக் கொடுமைப்படுத்துவான். வீட்டில் இவள் தனித்திருக்கும் பொழுது மொட்டாக அரும்பி வரும் பிஞ்சு மார்பகங்களைக் கசக்கி நோகப் பண்ணுவான். கடைசியில் போன வாரம் அவளது உடலுக்குள் துளைத்து ஊடுருவினான். தரை முழுவதும் அவளது குருதி படர்ந்தது.

''நான் கல்யாணம் பண்ணி வெச்ச அந்த நல்ல புருஷனைத் தொலைச்சிருக்கக் கூடாது அனுசுயா'' என்றாள் ஆயி. ''அவன் அடிக்கடி அங்க வந்துகிட்டுத்தானே இருந்தான்? அவனுக்குக் குடிப்பழக்கமும் கிடையாதே. ஆனா தாம்பத்தியம் பழகின பெறகு வயசுப் பசங்க மேல உனக்கு மோகமாயிடுச்சு. இப்போ உனக்குத் திருப்திதானே?''

''ஆயி, இனியும் என்னைத் திட்டாதீங்க'' அனுசுயா தீனமாய் யாசித்தாள். ''நானொரு பாவி என்னோட கொழந்தையைக் காப்பாத்துங்க. அவளொரு பாவமறியாத அப்பாவி.''

அழுக்கான ரூபாய் நோட்டுக்களைக் காகிதத்தில் மடிந்து இடுப்பில் சொருகிக் கொண்டாள் அனுசுயா.

''உங்ககிட்டேர்ந்து பணத்தை வாங்கியிருக்கக் கூடாது ஆயி.'' தழுதழுத்த குரலில் சொன்னாள்.

''வீட்டுல முழுப்பட்டினி. இன்னிக்கு கொஞ்சம் டீயும் மத்தியானம் ஒரு பழத்தையும் மட்டுந்தான் கொழந்தைக்குக் குடுத்தேன்''.

அவ்விடத்தை விட்டு பஸ் ஸ்டேண்டை நோக்கி நகர்ந்து போகும் அம்மாவை வரவேற்பறையின் ஜன்னல் கம்பிகளின் மீது சாய்ந்தவாறு பார்த்துக் கொண்டிருந்தாள் ருக்மணி. கடைசியில் தனது அன்னை ஒரு பச்சைப் புள்ளியாய் மற்ற நிறங்களில் கரைந்தபோது புதிய அம்மாவைப் பார்த்தாள்.

இடது உள்ளங்கையில் புகையிலையையும் சுண்ணாம்பையும் நுணுக்கிக்கொண்டிருந்தாள் ஆயி. உள் அறையிலிருந்து வந்த ஒல்லியான சிறுமி கண்களைச் சிமிட்டி ருக்மணியைப் பார்த்துச் சிரித்தாள். நீலப் பாவாடையும் கிழிய ஆரம்பித்திருந்த வெள்ளை ரவிக்கையுமாகக் காட்சியளித்தாள் அவள். வளையல்கள் அவளது மணிக்கட்டில் இறுகிக் கிடப்பதாகத் தோன்றிற்று. ''இதுலே ஏதாச்சும் உனக்கு வேணுமா?'' ஒல்லிச் சிறுமி கேட்டாள். ''இது பிளாஸ்டிக் இல்லை, நைலான் வளையல், போன மாசம் எக்ஸிபிஷனுக்குப் போனபோது ஆயி எனக்கு வாங்கித் தந்தாள்.''

''இங்கே எப்படி நடந்துக்கணும்னு நீ ருக்மணிக்குச் சொல்லிக் குடு. ருக்குமணி உன்னை விட ரெண்டு வயசு சின்னவள்.''

ருக்மணியின் மணிக்கட்டைப் பிடித்தவாறு சீதா சொன்னாள், ''வேணும்னா உனக்கு என்னோட வளையல்களைத் தர்றேன்.'' அவளது கைகளைச் சீதா விழிகளால் ஆராய்ந்தாள். பிறகு சிரித்துக் கொண்டே பிரமிப்புடன் பேசினாள். ''ஓ... வயசுக்கு மீறி வளர்ந்திருக்குது உன்னோட உடம்பு.'' சீதாவின் வெளிறிய கைகளைக் காட்டிலும் தடித்திருந்தன ருக்மணியின் கைகள். சட்டென்று சங்கடத்தை உணர்ந்தாள் ருக்மணி. ''என்னோட கறுப்பு நிறத்துக்கு ஆரஞ்சு வளையல்கள் பொருந்தாது''. என்றாள்.

''ஆனா நீ கறுப்புன்னு யார் சொன்னது? நீ கறுப்பு இல்லையே? வெயில்லே நடந்து தானே ஸ்கூலுக்குப் போறே? அதனாலதான் தோல் மங்கியிருக்குது. ஒரு மாசத்துலே உன்னோட நெறத்தை மாத்தியெடுத்துடுவேன் மகளே.'' என்றாள் ஆயி.

தரையில் சுருண்டு படுத்திருந்த ஒரு கறுத்த இளம் பெண் துள்ளியெழுந்து ருக்மணியை வெறித்துப் பார்த்தாள். ''கறுப்புக்கு என்ன குறைச்சல்?'' ஆயியிடம் கேட்டாள். ''நான் கறுப்புத்தானே? இருந்தாலும் வர்றவனுங்க என்னைத்தானே வேணும்ங்கறானுங்க...'' புழுங்கும் வாடை வீசும் இருண்ட கூடத்தின் வழியே ஒரு விசாலமான ஹாலுக்கு ருக்மணியை அழைத்துச் சென்றாள் சீதா. அந்த ஹாலில் சில இளம் பெண்கள் கோரைப் பாயில் உறங்கிக்கொண்டிருந்தார்கள்.

அவர்களில் ஒருத்தியின் குட்டைப் பாவாடை அவளது பிருஷ்டத்தின் நிர்வாணம் தெரியும்படியாக விலகிக் கிடந்தது. அதைப் பார்த்த வெறுப்பில் முகத்தைத் திருப்பிக்கொண்டாள் ருக்மணி ''வெட்கம் கெட்டவள்'' என்று சொல்லி ஒரு டவலை

எடுத்து அவள் தொடை மீது வீசினாள் சீதா, '' அவள்தான் ராதா, ரொம்பக் கோபக்காரி கவனமா நடந்துக்கணும்.''

ஹாலின் ஓர் ஓரத்தில் காணப்பட்ட பாயைச் சுட்டிக் காட்டி சீதா சொன்னாள், ''அங்கேதான் பகல் வேளையிலே தூங்குவேன். நீயும் என்கூடவே படுத்துக்கலாம்.''

''நான் பகல்லே தூங்க மாட்டேன்'' என்றாள் ருக்மணி. அதைக் கேட்ட சீதா குபுக்கென்று சிரித்தாள். வயிறு வெடித்து விடுமெனப் பயந்தாற் போல திடீரென அடிவயிற்றை அழுத்திப் பிடித்தாள் ''நீயொரு குழந்தை'' என்றாள் ருக்மணியிடம்.

''உனக்கு ஒன்னுமே தெரியாது, நீ வெறும் பாவம். இங்கே ராத்திரி நமக்குத் தூங்க முடியும்னு நீ நெனக்கிறியா? ராத்திரி வர்றவங்களைத் திருப்திப்படுத்துற மும்முரத்திலே நாம இருப்போம்.''

''ராத்திரி வர்றவங்களா?'' ருக்மணி அதிசயமாக வினவினாள். ''ராத்திரி யார் வருவாங்க?''

சீதாவுக்கு சிரிப்பைக் கட்டுப்படுத்த முடியவில்லை. ''ஹோ, ஹோ, ஹோ,'' அவள் சத்தம் போட்டுச் சிரித்தாள். ''இது நல்ல வேடிக்கை! சிரிச்சுச் சிரிச்சு என்னோட பாவாடைய நனைச்சுக்குவேன்.''

சீதாவுக்கும் தனக்குமான பாயில் ருக்மணி புத்தகப் பையை வைத்தாள். ''ராத்திரியிலே வர்ற ஆம்பளைங்க இந்த எடத்துலே தான் காரியங்களைப் பண்ணுவானுங்க.''

''என்ன காரியங்கள்?'' ருக்மணி வளர்ப்புத் தந்தை செய்த காரியத்தை நினைத்துப் பார்த்தாள். தரையில் படுத்திருக்கையில்

தன்மீது ஏறிப் படுத்தபோது அனுபவித்த வேதனையைப் பற்றி நினைவுகூர்ந்தாள். ''சீக்கிரமா அதையெல்லாம் புரிஞ்சுக்குவே'' என்றாள் சீதா. ''அவனுங்களைத் திருப்திப்படுத்தணும். இல்லைன்னா உன்னை ஆயி பட்டினி போட்டுக் கொன்னுடுவா. அவனுங்க சொல்லுற மாதிரியெல்லாம் நடந்துக்கணும். ஆம்பளைங்க அசல் நாய்கள்.''

அவள் நடுக்கூடத்தை ஓசையெழுப்பாமல் கடந்தபோது அறைக்குள்ளிருந்து வந்த சன்னமான குரல் ''யாரது'' என்று கேட்டது. ''இது நான்தான் சீதா'', ஒல்லிப் பெண் சொன்னாள்.

''கூச்சல் போடாதே-'' உள்ளிருந்து சன்னமான குரல் அதட்டியது.

''இந்த வீட்டோட பிரியமான மீராத்தாயிதான் அது,'' சீதா ருக்மணியிடம் தணிந்த குரலில் சொன்னாள். ''அவளுக்கு மாத்திரம் தான் ஆயி தனியா ஒரு ரூமை குடுத்திருக்கா. அவ ரொம்ப அழகு. மெட்ரிகுலேஷன் வரை படிச்சிருக்கா. மத்தவங்க யாருமே படிக்கலை. நீ எதுவரைக்கும் படிச்சிருக்கிறே ருக்மணி?''

''ஆறாம் வகுப்பு'' என்றாள் ருக்மணி.

''அது ரொம்ப நல்லதாப் போச்சு. கொஞ்சமாச்சும் உனக்கு இங்கிலீஷ் படிக்க முடியும்தானே?''

''இங்கிலீஷ் படிக்கிறது ரொம்ப கஷ்டம். இந்த வருஷம்தான் நாங்க இங்கிலீஷ் படிக்க ஆரம்பிச்சிருக்கோம். மராத்தியும். இந்தியும் படிப்பேன்.''

''அப்படின்னா இங்கே வந்த ஒருத்தன் எனக்கு ஒரு புஸ்தகத்தைத் தந்தான். நீதான் அந்தப் புஸ்தகத்தை எனக்குப்

படிச்சுப் புரிய வெக்கணும். அது முழுக்க ஆம்பளைகளும் பொம்பளைகளும் அலங்கோலமாக நிக்கற அம்மணப்படங்கள். ரொம்ப படிச்சவ மாதிரி பாசாங்கு செஞ்சபோது அவன் அந்தப் புஸ்தகத்தை எனக்குக் குடுத்தான்.'' அதைச் சொன்ன சீதா மறுபடியும் சிரித்தாள்.

''சிரிக்கும்போது எதுக்காக வயித்தை அழுத்திப் பிடிச்சுக்கறே?'' ருக்மணி கேட்டாள். ''சிரிக்கறப்ப வயித்துக் குள்ளேர்ந்து எதையோ கொக்கியாலே இழுக்கிற மாதிரி தோணுது. எனக்குக் கொஞ்சமும் முடியலை. பசிகூட எடுக்கறதில்ல'' என்றாள் சீதா.

திடீரென வரவேற்பறையிலிருந்து ஆவேசமாக ஒரு குரல் ஒலித்தது. ''அது கொஞ்சம்கூட சரியில்லை லட்சுமி.'' அந்தக் குரல் தொடர்ந்தது. ''உன்னோட புள்ளைங்களைப் பத்தி நான் என்னைக்கும் எதுவுமே சொன்னது கெடையாது. நீ என்னோட சின்னத் தங்கச்சி மாதிரி. உன் புள்ளைங்களைப் பத்திச் சொல்ல என்ன இருக்குது? எல்லோருக்கும் தெரியுமோ, உன்னோட வீடு கௌரவமான வீடுன்னும், உன்னோட புள்ளைங்க எல்லாம் வாட்டசாட்டமா, சிவப்பா இருக்காங்கன்னும். சமீபத்துலே பேர் எடுத்து வர்ற சினிமா நடிகையாட்டம் உன்னோட மீரா இருக்காள்னு இன்ஸ்பெக்டர் ஐயா சொன்னாரு. ஓ, அந்த நடிகையோட பேரு கூட மறந்து போச்சு. அது நீளமான ஒரு புதுப்பேரு.''

ஆயி தனது தடித்த கால்களை அகட்டி வைத்து மதில் மீது சாய்ந்து கொண்டாள். புகையிலையை மென்றுகொண்டே சற்று

நேரம் ஏதோ சிந்தனையில் மூழ்கினாள். பிறகுச் சட்டென்று கேட்டாள்.

"இன்ஸ்பெக்டர் ஐயாவை எந்த எடத்துலே பார்த்தே சிந்துத்தாயி?"

ஆயியின் வெற்றிலைச் செல்லத்திலிருந்து ஒரு துண்டுப் புகையை வெளியே எடுத்துக்காண்டே அந்தக் கேள்வி தனக்குக் கேட்கவில்லை என்ற பாவனையில் சிந்துத்தாயி அமர்ந்திருந்தாள். ஆயி மறுபடியும் வற்புறுத்தினாள். அந்தக் கேள்வியில் ஒளிந்திருக்கும் ஆபத்து என்னவென்று சிந்துத்தாயிக்கு நன்றாகத் தெரியும்.

கடைசியில் சிந்துத்தாயி சொன்னாள்.

"நேத்து கௌசல்யாவோட வீட்டுலே."

"நன்றி கெட்டவன்" ஆயி கூறினாள். "நான் இங்கே அந்த ஆளுக்கு விலையேறின சாமான்களைக் குடுத்து, ஒவ்வொரு வாரமும் அறுபது ரூபா மாமூல் தர்றேன். அதுபோக என்னோட எல்லாப் புள்ளங்களையும் ஓசியிலே விட்டுக் குடுக்கறேன். இருந்தும் அந்த ஆளுக்கு என் எதிரியோட வீட்டுக்குச் சுகம் தேடிப் போக எப்படி மனசு வந்துச்சு. என் புள்ளைங்களுக்கு என்ன குறைச்சல். கௌசல்யாவோட புள்ளைங்க என் புள்ளைங்களை விட சுத்தமானவங்களா? பொணங்கள்! வெறும் அஞ்சு ரூபாய்க்குப் போறவளுங்க."

"என்னோட தங்கச்சி, நீ ஒண்ணும் கவலைப்படாதே" சிந்துத்தாயி சமாதானப்படுத்தினாள். "பொண்ணுங்களை

அலுத்துப் போயிடுச்சாம். சின்னப் புள்ளைங்க மேலேதான் இப்ப ஆசைன்னு இன்ஸ்பெக்டர் ஐயா சொன்னார்.''

''இங்கே சின்னப் புள்ளைங்க இல்லையா?''

ஆயி கேட்டாள். ''சீதா இருக்கிறாளே? அவளோட அழகான தோலும் வெளுப்புத்தானே? அவளோட ஒடம்பு ஆசையைத் தூண்டாதா?''

''சீதா யார்கிட்டேயும் அனுசரிச்சுப் போகமாட்டாள்.'' அந்தக் கிழவி உசுப்பி விட்டாள்.

''நான் இன்னைக்கு வாங்கின புள்ளையைப் பார்த்தீங்களா?'' ஆயி கேட்டாள். ''ருக்மணி இங்கே வா. சிந்துத்தாயி உன்னைப் பார்க்கணுமாம்.''

ருக்மணியை வரவேற்பறைக்குத் தள்ளிவிட்டாள் சீதா. அந்தக் கிழவி, சிறுமியின் கணுக்கால்களைக் கிள்ளி, பின் பாகத்தைத் தடவினாள். ''பரவாயில்லை நல்ல அழகி'' சிந்துத்தாயி விசாரித்தாள். ''எவ்வளவு பணத்தைக் குடுத்து இவளை வாங்கினே? இவளுக்காக நெறைய பணத்தைச் செலவு பண்ணியிருப்பியே?''

கிழவியின் காதில் ஆயி எதையோ கிசுகிசுத்தாள். ''அப்படியா... இவ அனுசுயாவோட கொழந்தையா? அதனாலேதான் இவ்வளவு அழகான கால்கள்.'' என்றாள் சிந்துத்தாயி.

''இப்படியொரு சின்னத் தேவதை என் வீட்டுலே இருக்கிறாள்னு இன்ஸ்பெக்டர் ஐயாகிட்ட போய்ச் சொல்ல முடியுமா?'' ஆயி

கேட்டாள். ''இன்னைக்குச் சாயந்திரமே சொல்றேன்'' சிந்துத்தாயி ஒத்துக்கொண்டாள். பித்தளைப் பெட்டியிலிருந்து வெற்றிலையை எடுத்தபடி புறப்பட ஆயத்தமானாள். அழுக்கான நகங்களைக் கொண்ட, சுருக்கம் விழுந்த அவளது கைகளை ருக்மணி கவனித்தாள். ''அந்தக் கெழவி முறைச்சுப் பாக்கறப்ப ஒரு மரங்கொத்தி என்னோட தோலை கூரான மூக்கால கொத்திப் புடுங்கற மாதிரி தோணுச்சு. அசிங்கம் பிடிச்ச பொம்பளை!'' ருக்மணி சீதாவிடம் ரகசியமாகச் சொன்னாள்.

''ஆமாம். அவ ஒரு வம்புக்காரி, அவளை எனக்குக் கொஞ்சமும் பிடிக்காது'' என்றாள் சீதா.

2

தெரு விளக்குகள் எரிய ஆரம்பித்த பிறகும் வானம் ஊதா நிறமாகத் தோற்றமளித்தது. ''மீரா. மீரா'' என்று கம்பீரமாக அழைத்தபடி மீராவின் வாடிக்கைக்காரனான கல்லூரி மாணவன் ஆடியசைந்து வந்து சேர்ந்தான். கடுகு எண்ணெய் தேய்த்து கால்களை நீவியப்படி குளியலறையில் உட்கார்ந்திருந்த ஆயிக்கும் அவனது குரல் கேட்டது. அவள் புருவத்தை நெரித்துக்கொண்டாள்.

''திரும்பவும் வாயடிக்கற பையன்தான்,'' கால்களை நீவிக் கொண்டிருந்த இளம் பெண்ணிடம் ஆயி சொன்னாள்.

''இந்தத் தடவையும் பணம் தரலைன்னா போலீசை வெச்சு அவனை அடிச்சுத் துரத்துவேன். ராதா... அவன் எப்போதாவது உன்கிட்ட வந்திருக்கானா?''

''ஊஹூம், அந்தப் பையனுக்கு மீரா மட்டும் போதும். அவள் கிட்ட நடந்துக்கறதைப் பார்த்தா தன்னோட மனைவிங்கற நெனப்பு அவனுக்கு. ராத்திரி ரொம்ப நேரம் வரைக்கும் அவளோட பேசிக்கிட்டிருப்பான். சிலசமயம் அவங்க சண்டை போட்டுக்குவாங்க.'' ராதா பதிலளித்தாள்.

''ராத்திரி ரொம்ப இருட்டுற வரைக்குமா?'' ஆயி திகைப்பை வெளிப்படுத்தினாள். ''அத்தனை நேரம் தங்கறதுக்கான பணத்தைத் தர்றானா?'' ஆயி விசாரித்தாள்.

''அதெல்லாம் எனக்குத் தெரியாது.'' ராதா வெறுப்புடன் பேசினாள். ''எப்படி இருந்தா என்ன? அவதானே ஆயியோட செல்லக்குட்டி! இந்த வீட்டுலே மீராவை யாரும் எதுவுமே பேசக்கூடாது. இப்ப கொஞ்ச நாளா அவளுக்கு அகங்காரமும் கூடிப்போச்சு. தலைவலிக்குதுன்னு பாசாங்கு பண்ணி இன்ஸ்பெக்டர் ஐயாகிட்டே கூட நேத்து ஒத்துக்க மாட்டேன்னுட்டா. நம்ம தொழிலுக்கு அவசியமான அனுசரணை அவகிட்டே கெடையாது. அவளுக்கு அந்த காலேஜ் பையன் மட்டும் போதுங்கற நெனப்பு. வேசிகள் அப்படி இருக்கலாமா?''

''ராதா, நீ அனாவசியமா பேசாதே.'' ஆயி கடிந்து கொண்டாள்.

''வேசின்னு சொன்னா ஆயிக்குப் புடிக்காது'' ராதா முனகினாள். ''நம்ம எல்லோரும் வேசிகள்தான்னு ஆயிக்கு

நல்லாத் தெரியும். உண்மையை உடைச்சுச் சொல்லி ஒத்துக்கற ரகத்தைச் சேர்ந்தவள் நான்''.

''இந்தக் காலை இன்னொரு முறை அமுக்கி விடு'' என்றாள் ஆயி.

மீராவின் அறையிலிருந்து ஆண்குரல் ஒலித்தது. அத்துடன் மீராவின் சிரிப்பொலியும். ஆயி நிம்மதியிழந்தாள்.

''அவன் எப்போதும் பேசிக்கிட்டிருக்கான். அப்படிப் பேசறதுக்கு என்ன இருக்கு ஆயி கேட்டாள்.''

''அவளுக்கு அரசியல் கத்துத் தர்றான்.'' என்றாள் ராதா.

''ஆண்மை இல்லியா அவனுக்கு?''

''எனக்குத் தெரியாது ஆயி. எங்களை அவன் சீண்டறதே இல்ல. அவன் போன பெறகு அவளுக்கு வழக்கமா தலைவலி வரும்னு எனக்குத் தெரியும். அவன் போனதும் மீரா வேற யாரையும் கவனிக்க மாட்டாள். அதுக்கப்புறம் படுக்கையில படுத்துக்கிட்டு விசித்திரமான பாட்டைப் பாடிகிட்டிருப்பாள்.''

ஆயி எழுந்து மீராவின் அறைக்குப் போனாள். கதவில் செவி மடுத்துக் கேட்டபோது அந்த இளைஞன் பேசிக்கொண்டிருப்பது விளங்கிற்று. அவனது பேச்சில் ஒரு சில கேள்விப்பட்ட வார்த்தைகளை மட்டுமே புரிந்துகொள்ள முடிந்தது. ஓரிருமுறை 'புரட்சி' என்ற வார்த்தையை உச்சரித்தான். ஆயி கதவைத் தட்டினாள்.

''யாரது?'' அறைக்குள்ளிருந்து மீரா கேட்டாள்.

''கதவைத் திற.'' ஆயியின் குரல் உயர்ந்தது. மீரா கதவைத் திறந்தாள். உடுத்தியிருந்த பட்டுச்சேலை அவளது உடம்பிலேயே இருந்தது. படுக்கை விரிப்பு சிறிதுகூட கலைந்திருக்கவில்லை. அவன் புகை பிடித்தபடி அமர்ந்திருந்தான்.

''இத்தனை கஷ்டப்பட்டு இங்கே வர்றது அவளுக்கு புரட்சியைப் பத்தி விளக்கம் சொல்றதுக்குத்தானா?''

இளைஞனின் முகம் திடுமென நிறம் மங்கியது. ''பணம் குடுத்திட்டுத் தான் நான்'' - அவனிடமிருந்து வார்த்தைகள் உதிர்ந்தன.

ஆயி ஏளனம் நிறைந்த ஒரு பார்வையை வீசியபடி ஆத்திரமாகச் சொன்னாள்.

''இதொரு விபச்சார விடுதியாக்கும். யோகச் சாலை இல்ல. பண்ணுறதைப் பண்ணிட்டு சீக்கிரமா எடத்தைக் காலி பண்ணு. வாடிக்கை ஆளுங்க வர்ற நேரமாச்சு.''

கதவுகள் மீண்டும் சாத்தப்பட்டன. வரவேற்பறைக்கு வந்த ஆயி நாற்புறமும் பார்த்தாள். ஜரிகைக்கரை வைத்துத் தைக்கப்பட்ட பளபளப்பான புடவைகளைப் பெண்கள் அணியத் தொடங்கினார்கள். தரையில் சாக்குப் பென்சிலால் வரைந்த ஒரு பெரிய சதுரத்திற்குள் இரண்டு சிறுமிகள் ஓட்டுச் சில்லை வீசி ஒற்றைக் காலால் குதித்துக் கொண்டிருந்தனர்.

''சின்னப்புள்ளைங்களா விளையாடினது போதும், சீதா வாடிக்கைக்காரங்க வர்ற நேரமாச்சு.'' ஆயி உத்தரவிட்டாள்.

ஆயி சொல்லி முடிப்பதற்கும் தடித்து பருத்த இன்ஸ்பெக்டர் வரவேற்பறையில் நுழைவதற்கும் சரியாக இருந்தது.

ருக்மணியை நோக்கி விரலைச் சுட்டி கேட்டான். ''உன்னோட புது நியமனமா?'' ஆயி 'ஆமாம்' என்று தலையாட்டினாள். ''வா'' என்று சொல்லி அந்தச் சிறுமியை இழுத்துக்கொண்டு உள்ளே போனான் இன்ஸ்பெக்டர். ''கூட போ. அவரு நம்ம ஆளு'' ஆயி ருக்மணியிடம் எடுத்துக் கூறினாள். அறைக்குள்ளிருந்த கட்டிலுக்கு அந்தச் சிறுமியை உந்தித் தள்ளிய இன்ஸ்பெக்டர் அவளது பிராக்கை இழுத்துத் தூக்கினான். ''ஓ... நிக்கர்கூட போட்டிருக்கியா? அப்படின்னா நீ வெவரமான ஆளா இருப்பே!'' சிரித்துக் கொண்டே சொன்னான். அவனது கைவிரல்கள் அவள் மீது ஊர்ந்து சென்றபோது பிடியிலிருந்து திமிற முயன்றாள்.

''என்னை விடு'' ருக்மணி தேம்பியழுது மன்றாடினாள். ''விடலைன்னா உன் கண்ணை நோண்டி எடுத்திடுவேன்.''

''நீ என்னடீ சொன்ன காட்டுப்பூனை?'' சினந்து கொதித்த இன்ஸ்பெக்டர் கேட்டான். அவனது குரல் மாறியது. அது மிகுந்த கடூரத்துடன் ஒலித்தது. ''ஓ... ஓ, என்னைப் பிராண்டுவியாடீ சின்னச்சிறுக்கி.''

''நான் வேசி இல்லை.'' ருக்மணி அழுதுகொண்டே சொன்னாள். ஆனால், காமவெறி பிடித்த இன்ஸ்பெக்டர் அதையெல்லாம் காதில் வாங்கிக் கொள்ளவில்லை.

ஓர் ஓட்டப்பந்தயத்தில் கலந்துகொண்டவனைப் போல அவனுக்கு மூச்சு வாங்கியது. அகன்ற வாயின் இரு ஓரங்களிலும் நுரை வழிந்து கொண்டிருந்தது. கொஞ்சம் கழிந்ததும் கட்டிலில் திரும்பிப் படுத்துச் சொன்னான். ''உனக்கு நானொரு சிவப்பு ப்ராக்கும், லேஸ் தைச்ச உள் பாவாடையும் வாங்கித் தர்றேன்'' அவன் தூங்கிப் போனான்.

ருக்மணி படுக்கையறையிலிருந்து துள்ளியெழுந்து வரவேற்பறைக்கு ஓடி வந்தாள். அவளது தலைமுடி கலைந்திருந்தது. வியர்வைத் துளிகள் நெற்றியில் அரும்பியிருந்தன. வந்ததும் வராததுமாகச் சதுரக்கட்டத்தின் மீது நின்று முன்பு போலவே பாண்டியாட ஆரம்பித்தாள். சீதா அவளை ஊக்கப்படுத்தி விளையாட்டைப் பார்த்துக் கொண்டிருந்தாள். விளையாட்டில் ஆழ்ந்திருந்த ருக்மணி திடீரென்று ''நான் ஜெயிச்சுட்டேன்'' என்று கத்தியபோது, இன்ஸ்பெக்டர் ஆயியைப் பார்த்துச் சிரித்தபடி வெளியே வந்தான்.

''அவளொரு திருட்டுப் பூனை, இருந்தாலும் இந்தத் தொழிலுக்கான எல்லா ஜாலமும் அவகிட்டே இருக்குது. எனக்கு அவளைப் புடிச்சுப் போச்சு.'' என்று ஆயியிடம் இன்ஸ்பெக்டர் சொன்னான்.

தனது நகங்கள் உண்டாக்கிய கீறல்களால் சிவந்திருந்த அவனது முரட்டு முகத்தை ருக்மணி பார்த்தாள். அவன் பாராமுகமாய் நின்றிருந்தான்.

''மீராவோட அறைக்குள்ளே வம்பு பண்ணிக்கிட்டிருக்கிறது யாரு?'' இன்ஸ்பெக்டர் ஆயியிடம் கேட்டான்.

பொய்யான துக்கத்தோடு தலையில் அடித்துக் கொண்டே ஆயி சொன்னாள். ''அவன் தான் அந்த காலேஜ் பையன். திரும்பவும் அவளுக்கு அரசியல் கத்துத் தர்றதுக்கு வந்திருக்கான்.''

''இந்த எடத்திலேர்ந்து அவனைத் துரத்த என்னால முடியும். ஒருநாள் முன் கூட்டியே சொன்னாபோதும். அவனை அரஸ்ட் செஞ்சு ஜெயில்லே அடைச்சிடுவேன்.'' என்றான் இன்ஸ்பெக்டர்.

''உங்களுக்கு முடியும்னு எனக்குத் தெரியும்'' என்றாள் ஆயி. ''மீராவுக்கு அவனை அலுக்கிறவரைக்கும் பொறுத்துக்கலாம்.''

''மீரா என்னோட மகளாட்டம். அவமேல உசிரெ வச்சிருக்கேன். அவளைச் சங்கடப்படுத்த மனசு வரமாட்டேங்குது.''

''நீங்க அவளைக் கெடுத்து வச்சிருக்கீங்க லட்சுமிபாய். ஒரு கௌரவமான குடும்பப் பொண்ணுங்கற நெனப்பு அவளுக்கு.''

''யாரு கண்டா. அவ ஒரு கௌரவமான குடும்பத்துலே பொறக்கலைன்னு. என்னோட வாசற்படி மேலே அனாதையா கெடந்த போது, உசத்தியான பட்டுச் சேலையாலே போத்தியிருந்தாங்க. அந்தச் சேலை நம்மள மாதிரி ஆளுங்க உடுத்தக்கூடியது கெடையாது.'' என்றாள் ஆயி.

''அவளோட அம்மா எவனோவொரு பணக்காரனோட வேலைக்காரியா இருந்திருந்தாலே போதுமே! ஏதோ ஒரு தீபாவளிக்கு அந்தச் சேலையை எஜமானி குடுத்திருக்கலாம் இல்லையா?'' என்று கேலியாகப் பேசியபடி இன்ஸ்பெக்டர் ஆயியின் வெற்றிலைச் செல்லத்திற்காகக் கையை நீட்டினான்.

''எப்படி இருந்தாலும் அவளைப் பார்த்தா ஒரு ஏழைப்பெண்ணோட மகள் மாதிரி இல்ல. என்னோட புள்ளைங்களைக் கூட்டிக்கிட்டு மார்க்கெட்டுக்குச் சாமான் வாங்கப் போறபோது ஆம்பளைங்க அவளை ஏக்கமா பார்த்துட்டு நிக்கறதைக் கவனிச்சிருக்கேன். ஊரை விட்டுப்போன என்னோட மகன் திரும்பி வந்தா நிச்சயமா அவனுக்கு இவளைக் கல்யாணம் பண்ணி வெப்பேன். அவங்கதான் பொருத்தமான

ஜோடிங்க. ரெண்டு பேருக்கும் வெளுப்பான ஒடம்பும் பிரகாசமான கண்களும் இருக்குது.''

''உன்னோட அந்த மகனோட தகப்பன் ஒரு பிராமணனாமே?'' இன்ஸ்பெக்டர் கேட்டான். அவர்களிருவரும் உற்சாகமாகச் சிரித்தனர்.

''எனக்குக் கிளம்புற நேரமாச்சு.'' என்றான் இன்ஸ்பெக்டர்.

''கௌசல்யா வீட்டுக்குப் போனதா கேள்விப்பட்டேன். நெஜம்தானா? உண்மையைச் சொன்ன பெறகுதான் நீங்க இங்கேர்ந்து போகணும்.'' ஆயி கெஞ்சினாள்.

''அந்தப் பிசாசு சிந்துத்தாயை ஜெயில்ல போட்டுடுவேன். நேத்து அந்த வழியே பஸ் ஸ்டாப்புக்குப் போனதை சிந்துத்தாயி பார்த்திருப்பாள். உடனே அதை இங்கு வந்து சொல்லியிருப்பாள். நான் எதுக்காக அங்கே போகணும் லட்சுமி பாய்?''

அன்பையும் செல்லக் கோபத்தையும் வெளிக்காட்டிய ஆயி மூக்கைச் சிந்தினாள். ''அவள், அந்தக் கௌசல்யா என்னோட களங்கமில்லாத பொண்ணுங்களப் பத்தி என்னென்ன கட்டுக்கதைகளைத் சொல்லித் திரியறா. என் புள்ளைங்களுக்கு வியாதின்னு சிந்துத்தாயிக்கிட்ட சொல்லியிருக்குறா. இந்த மாதிரிப் பொய்களைச் சொல்லித் திரிஞ்சா நம்மோட வியாபாரம் கெட்டுப் போகாதா? என்னோட புள்ளைங்க பட்டினியால செத்துப் போயிடுவாங்கதானே?''

''அழாதே'' அந்தப் பெண்ணின் கைகளை மெல்ல வருடியபடி தணிந்த குரலில் பேசினான். ''உன்னோட பேரைக் களங்கப் படுத்தாம காப்பாத்துவேன். இந்த வீட்டோட சினேகிதன் நான். எப்பவும் உங்களைக் கைவிடமாட்டேன்.''

ஆயியின் முகம் லேசாகப் பிரகாசமடைந்தது, சிரிக்கக்கூட முயன்றாள்.

''கொஞ்சம் வெத்தலை போடுங்க இன்ஸ்பெக்டர் ஐயா'' ஆயி வேண்டினாள்.

இன்ஸ்பெக்டர் கிளம்பிப் போனதும் ஆயி சிந்தனையில் ஆழ்ந்தாள். கம்பிகள் ஊடாகப் பார்த்துக்கொண்டிருந்த இளம் பெண்களை வசை பாடினாள். ''என்னடீ ஆச்சு புள்ளைங்களா உங்களுக்கு? ஆம்பளைங்கள வசீகரம் பண்ண மறந்து போச்சா? உங்களுக்கு முட்டையும், மீனும், நெய்யும் வாங்கறதுக்காகப் பணத்தை வீணா தொலைக்கிறேன். மீராவைத் தவிர யாருக்குமே ஆம்பளைங்கள வசீகரம் பண்ணத் தெரியாது. அவ என்னடான்னா தனக்கு அரசியல் கத்துத்தர்ற பைசாவுக்கு லாயக்கு இல்லாத ஒருத்தனோட ரூம்ல அடைஞ்சு கெடக்கறா. எத்தனை பெரும்புள்ளிங்க கார்ல போறபோது, இங்கே பாக்கறதுக்காக காரை மெதுவா ஓட்டுறானுங்க. அவனுங்களை வசியம் பண்ண நீங்க என்ன பண்ணுறீங்க? ஒரு பன்றிக்கூட்டத்தை இங்கே தீனி போட்டு வளர்த்துறேன். என்னைவிட எவ்வளவோ அதிர்ஷ்டசாலி அந்த கௌசல்யா. அவ தன்னோட பொண்ணுங்கள சாட்டையால அடிக்கிறா. அது அவளுக்கு நல்லதாகவே முடிஞ்சிருக்கு. அவ வீட்டுப் பக்கத்திலே கார்கள் நிக்கறதைப் பாருங்க. எட்டுமணி கூட ஆகலை. அதுக்குள்ளே ரெண்டு கார்கள் நிக்குது. உங்க எல்லோரையும் வீட்டுலேர்ந்து அடிச்சுத் துரத்திட்டுக் காசிக்குப் போறதுதான் சரி. எதுவுமில்லைன்னாலும் நிம்மதியாகச் சாகலாமே!''

சரஸ்வதி என்று அழைக்கப்பட்ட கரிய நிறத்தவள் முன் கூடத்தை விட்டு வெளியே சென்று, பஸ்ஸில் அமர்ந்தபடி பார்த்த ஓர் இளைஞனைக் கண் சிமிட்டி சைகை செய்தாள். அடுத்த பஸ் நிறுத்தத்தில் இறங்கிய அந்த இளைஞன் சற்று நேரத்திற்குள் அவளை அணுகினான். பிருஷ்டத்தைக் குலுக்கிக்கொண்டு அவள் அவனை நடுக்கூடம் வழியே அழைத்துப் போனாள். புடவையின் முந்தானையால் ஆனந்தக் கண்ணீரைத் துடைத்தாள்.

''என்னால இப்படிப் பண்ண முடியாது. இதெல்லாம் அசிங்கம் பிடிச்ச வேலை'' ராதா என்பவள் ஆட்சேபத்தை எழுப்பினாள்.'' எறங்கி நின்னு தெருவுல திரியறவளாட்டம் ஆளைப் புடிக்க முடியாது'' என்றாள் ராதா. அதற்குள்ளாக யாரோ ஒருத்தன் சீதாவை விசாரித்தபடி வந்தான். ''எனக்கு இன்னைக்கு முடியல ஆயி.'' இன்று ஓய்வு அனுமதிக்குமாறு பரிதாபமாக வேண்டினாள் சீதா.

''அவர் கூடப்போடீ கொழந்தே'' அறைக்குள் மெதுவாகத் தள்ளி விட்டு ஆயி சொன்னாள்.

''அந்தக் கட்டத்துலேர்ந்து என்னோட காயை மாத்தாதே ருக்மணி'' கதவை மூடும் முன்பு சீதா சொன்னாள். ''விளையாட்டை முடிக்கிறதுக்குள்ளே வந்திருவேன்.''

''தமிழன்தான் ஆனாலும் சாதுவான மனுஷன்.'' ஆயி சொன்னாள். ''அங்கே ஒரு ஸ்கூல்ல அந்த ஆள் வேலை பார்க்கறான். மாசத்துல முதல் வாரம் வருவான். அப்போதெல்லாம் சீதாவை மட்டும் கூப்பிடுவான். காலேஜ்ல படிக்கற வயசுக்கு வந்த மூணு பொண்ணுங்களோட தகப்பன் அவன். அவனோட பெண்சாதி பக்கவாதம் பாதிச்சுப் படுக்கையில

கெடக்கறாள். தன்னோட சொந்த விஷயங்களை அந்த ஆள் என்கிட்டே சொல்லுவான். மத்தவங்க மாதிரி எதையும் மறைச்சு வைக்க மாட்டான்.''

வீட்டுக்குள்ளிருந்து ஓர் இளம் பெண்ணின் அழுகை ஆயியின் காதுகளில் வந்து மோதியது. கண நேரம் செவி சாய்த்தபிறகு கூப்பிட்டுக் கேட்டாள்.''யாரு நம்மோட மீராத்தாயா அழறது? அவளோட அறைக்குப் போய் என்னான்னு பாரு. ஆம்பளைங்க விசித்திரமானவனுங்க. அவனுங்களைப் புரிஞ்சுக்கவே முடியாது. நான் வயசுப் பெண்ணா இருந்தபோது ஒரு பணக்காரன் வந்தான். சுமார் அரை மணிநேரம் என்னைச் சகட்டு மேனிக்கு அடிச்சான். கிளம்புறபோது முப்பது ரூபாயைத் தந்தான். அந்தக் காலத்துல முப்பது ரூபான்னா பெரிய தொகை. என்னால அழக்கூட முடியல. ரொம்ப அதிசயமா இருந்தது. அப்புறம் பல தடவை அவனுக்காகக் காத்திருந்தேன். ஆனா அவன் வரவேயில்லை.''

''உங்க மகனோட அப்பா எப்படிப்பட்ட ஆளா இருந்தாரு?'' ராதா விசாரித்தாள்.

ராதாவின் கன்னத்தை ஆயி வாஞ்சையுடன் வருடினாள்.

''என் மகனோட அப்பனைப் பத்தி மட்டும் கேட்காதே. அவர் பெரிய பிராமணர். உன்கிட்ட வர்ற ஆளுங்களோட ரகத்தைச் சேர்ந்த ஆளில்லை. அவர் அதி புத்திசாலி. கிளம்பறதுக்கு முன்னாடி, துணி உடுத்துறபோது வேத மந்திரத்தை ஓதுவார்.''

''நம்ம மீராத்தாயியோட ஆளாட்டம் இருப்பாரா?'' ராதா நக்கலாகக் கேட்டாள். ''ராத்திரி சமயத்துல கீதா கோவிந்தம்

பாடுவான். அவன் சொல்லித் தர்ற கீதா கோவிந்தத்தை மீராத்தாயி பாடிக்கிட்டு இருக்கிறதைப் பார்த்திருக்கேன்.''

''மீராவுக்கு அழகான குரல். அவள் மாணிக்கம். பத்தொன்பது வருஷத்துக்கு முந்தி என்னோட வாசல்ல அவளைப் போட்டுட்டு போனது யார்னு இன்னமும் அதிசயமா யோசிச்சுப் பார்க்கறேன். புருஷன் ஊர்ல இல்லாதபோது கர்ப்பமான ஏதோ குடும்பப்பொண்ணு அப்படிச் செஞ்சியிருப்பாள்.''

''ஒரு கொழந்தையை வெச்சிட்டு வாழ்க்கையை நடத்த விரும்பாத தேவிடியாள் கூட அப்படிச் செஞ்சிருக்கலாம் இல்லையா?'' ராதா திருப்பிக் கேட்டாள்.

''உங்க எல்லோருக்கும் மீரா மேல பொறாமை.'' என்று ஆயி கூறினாள்.

திரும்பிக்கூட பார்க்காமல் மீராவின் வாடிக்கைக்காரன் அறையிலிருந்து வெளியேறினான். ஆயி மலைப்போடு பார்த்தாள். அவனும் அழுதிருக்க வேண்டும். இந்த இளைஞனுக்கு என்ன பிரச்சனை? தலைக்கிறுக்கா? அவனைக் குறித்து மீராவிடம் கேட்டறிய வேண்டுமெனத் தீர்மானித்தாள். இப்படியொரு பைத்தியக்காரனின் வருகையை ஒருபோதும் ஊக்குவிக்கக் கூடாது. மனைவியிடம் அலுப்புத் தட்டிய வியாபாரி, பணக்காரன், அவ்வப்போது உல்லாசமாய் இருக்க விரும்பும் அரசியல்வாதி, இத்தகைய உன்னதமானவர்களைத் தான் மீரா வசியப்படுத்த வேண்டும். விலையுயர்ந்த பரிசுகள் கிடைக்க வேண்டும் என்று இல்லை. அத்தகையோரின் விஜயம்தான் வீட்டிற்குப் புகழை ஈட்டித்தரும்.

அறைக்குள் அழுதுகொண்டிருந்த மீராவை ஆயி கூப்பிட்டு விசாரித்தாள். "நீ இங்கே வா." மீரா அறையை விட்டு வெளியே வந்து ஒளி உமிழும் நியான் விளக்கினடியில் நின்றாள். தேம்பி அழுததால் கண்கள் சிவந்திருந்தன.

"என் மகளே, அவன் என்ன பண்ணினான்?" ஆயி வினவினாள்.

"அவர் எதுவுமே பண்ணல ஆயி. எங்கிட்ட எப்பவும் அன்பா, பிரியமாதான் நடத்துக்கிறார்."

"அப்படின்னா எதுக்காக மகளே அழுதே? கவலைப்படற மாதிரி ஏதாச்சும் சொல்லியிருப்பான், இல்லையா?"

கண்களைப் பாதத்தில் பதித்தபடி மீரா நின்றிருந்தாள். எதுவும் பேசவில்லை.

"உன்னைத் திட்டினானா?" ஆயி திரும்பவும் கேட்டாள்.

"இல்லே ஆயி" மீரா பதிலளித்தாள். "என்னைப் பார்க்க வர்றதுக்காகத் தன்னோட பேனாவை விற்க வேண்டியதாச்சுன்னு சொன்னார். அவருக்குச் சொந்த வருமானம் எதுவும் கெடையாது. சாப்பாட்டுக்கும், பஸ் சார்ஜுக்கும் வீட்ல தர்ற பணத்தை மிச்சப்படுத்தி இங்கே வர்றார். அவர் என்னைக் காதலிக்கிறார்." அதைச் சொல்லும்போது மீராவின் கண்களில் கண்ணீர் திரண்டது.

3

அறையின் தரை முழுவதும் சீதா வாந்தியெடுத்திருந்தாள். அப்போது அங்கிருந்த வாடிக்கையாளன் அதைப் பார்த்துப்

பயந்து வெளியேறினான். இந்தச் செய்கையால் சீதாவின் மீது கடும்கோபம் கொண்டாள் ஆயி. அந்த ஆள் பணத்தைத் திரும்பப் பெற்றுக் கொண்டதுடன் போகிறபோக்கில் ''இந்த வீடு முழுக்க வியாதி பிடித்த வேசிகள்'' என்று கிண்டலாகச் சொல்லிச் சென்றான்.

தரையில் பரவியிருந்த வாந்திக்கு மத்தியில் களைத்துப் போய் ஓக்காளித்துக் கொண்டிருந்த சீதாவை, அறைக்குள் நுழைந்த ஆயி பார்த்தாள். வயிற்றைப் பிடித்து இறுக்கி, குமட்டிக்கொண்டு வரும் வாந்தியை நிறுத்தப் போராடிக் கொண்டிருந்தாள் சீதா. பீதியால் அவளது கண்கள் விரிந்திருந்தன. ஆயி அவளது நீண்ட கூந்தலைப் பற்றியிழுத்து கன்னத்தில் ஓங்கி அறைந்தாள். ''இந்த வீட்டோட பேரைக் கெடுத் திட்டே கழுதை.'' ஆயி தூற்றினாள்.

''தெருவுல கூவி பலகாரம் விற்கிறவனுங்ககிட்டேர்ந்து கண்டதை வாங்கி வயித்துலே கொட்டிட்டு, அதையெல்லாம் இங்கே வர்றவனுங்களோட மூஞ்சிமேலே வாந்தி பண்ணுறியா? வண்டிக்காரனுங்ககிட்டேர்ந்து பலகாரங்களை வாங்கித் தின்னாதேன்னு எத்தனை தடவைத் தடுத்திருக்கேன். நன்றிகெட்ட பொணமே. நாளைக்கு உன்னைப் பட்டினி போடப்போறேன்.''

சீதா விம்மி விம்மி அழுதாள்.

''என்னோட தப்பில்ல ஆயி'' அவள் விசும்பினாள். ''கொஞ்ச நாளா எனக்கு முடியல. எதுவும் சாப்பிடக்கூட தோணல ஆயி. எப்பவும் சாயங்காலமாயிட்டா வயிறு பத்தி எரியற மாதிரி இருக்குது...''

''நீ இளைச்சுப் போயிருக்கிறே'' என்று சொல்லி அவளது ரவிக்கையைத் தூக்கி குறுமுலைகளைப் பரிசோதித்தாள். அது

நடந்திருக்க வாய்ப்பில்லை.'' ஆயி முனகினாள். ''நீ வயசுக்கு கூட வரலையே?''

ஆயி சீதாவுக்கு மூன்று நாள் ஓய்வு தந்தாள். அவள் துள்ளிக் குதித்தாள். ''மூணு நாளைக்கு யார்கிட்டையும் போக வேணாமே!'' மகிழ்ச்சி ததும்பும் குரலில் உரக்கச் சொன்னாள்.

''ருக்மணி நாம பாண்டி ஆடலாம் வா.''

நண்பகல் கடந்து விட்டிருந்தது. ஜன்னல் கம்பிகளில் சாய்ந்து நின்று சீதா தோழியிடம் சொன்னாள்.

''வானத்தைப்பார். சுண்ணாம்பு பூசின சுவராட்டம் தெரியுது இல்லே? வெள்ளைச் சுண்ணாம்பு பூசின ஒரு வீட்டுலே நாங்க குடியிருந்தோம். ஒவ்வொரு வருசமும் தீபாவளி வர்றபோது சுண்ணாம்பும் பொடி செஞ்ச மண்ணும் கலந்து அப்பா சுவரெல்லாம் வெள்ளையடிப்பார்.''

''உன்னோட அப்பா எங்கே சீதா?'' ருக்மணி கேட்டாள்.

அவள் தோள்களைக் குலுக்கினாள். ''அப்பா செத்துப் போயிட்டார். எல்லோரும் செத்துப் போயிட்டாங்க. நாலு வருசத்துக்கு முன்னே காலரா எல்லோரையும் கூட்டிட்டு போயிடுச்சு. எங்க வீட்டுலே அஞ்சு சாவுகள் நடந்துச்சு. அப்பா, அம்மா, என்னோட மூணு அண்ணனுங்க.''

''வெள்ளை பூசின அந்த வீடு என்ன ஆச்சு?'' ருக்மணி கேட்டாள்.

''அதுகூட செத்துப் போயிருக்கும்.'' இருவரும் சிரித்தார்கள். ''எல்லாம் சாகும் ருக்மணி. இந்த வானம்கூட செத்துப் போயிடும்''

என்றாள் சீதா. வானத்தின் வண்ணக்கோலத்தைப் பார்த்தவாறு ருக்மணி நின்றிருந்தாள். அது அவர்கள் கண்களைக் கூச செய்தது.

பிற்பகல் வெப்பம் சற்றே தணிந்தபோது அந்தச் சிறுமிகளை ஆயி தன்னருகே அழைத்தாள். ''வாங்க கொழந்தைகளா. உங்களுக்குத் தலை வாரித் தர்றேன்.'' முதலில் ருக்மணி முறை, அவளது சுருண்ட குட்டை முடியைச் சீவி சிக்கெடுத்து இழுத்துக் கட்டினாள் ஆயி. அழுத்தி வாரும்போது பொறுமையிழந்த ருக்மணி முகம் சுளித்தாள். ''கூந்தல்லே தடவ உனக்கு பிரம்மி எண்ணெய் வாங்கித் தர்றேன். ரெண்டு மாசத்துல உன்னோட முடி அடர்த்தியாயிடும். இப்போ ரொம்ப குட்டையா இருக்குது. சீதாவோட கூந்தலைப் பார். அது நல்லா அடர்த்தியாக இருக்குது. அவளால கூந்தலைத் தூக்கிட்டு நடக்கக்கூட முடியறதில்லை.''

அந்தச் சிறுமிகளின் கூந்தலை வாரி முடித்துக்கொண்டிருக்கும் போதுதான் வாசற்படியில் காலைத் தேய்த்து சத்தம் எழுப்பியபடி சிந்துத்தாயி படியேறி வந்தாள். ''என்ன தங்கச்சி... எப்படி இருக்கே? இன்னைக்கு முகத்துலே சந்தோஷம் தெரியுதே?''

''அவ வயசுக்கு வந்துட்டாளா?'' சிந்துத்தாயி கேட்டாள். ''இல்லை, நான் ஏற்கெனவே ரொம்ப கவலையா இருக்கேன். இன்னைக்கு அவளை டாக்டர் ஐயாகிட்ட கூட்டிட்டுப் போய்க் காட்டலாம்னு நெனச்சுக்கிட்டிருக்கேன்.''

''எல்லா வாரமும் நீ உன்னோட புள்ளைங்கள டாக்டர் ஐயாகிட்டே கூட்டிட்டுப் போய்க் காட்டறதில்லையா?'' அவளது நஞ்சு தோய்ந்த அடுத்த கேள்வி அது.

வேதனையை ஒளித்து வைக்க ஆயி வெகுபாடுபட்டாள். ''எதுக்காக அப்படிக் கேட்கறீங்க? எல்லா வாரமும் என்னோட

புள்ளைங்களை டாக்டர் ஐயா கிட்டே காட்டறதில்லைன்னு அந்தச் சிறுக்கி கௌசல்யா சொன்னாளா?'' கிழவியிடம் ஆயி கேட்டாள்.

''ஆமாம், நேத்து எங்கிட்டே சொன்னாள்.'' சிந்துதாயி விளக்கமாகச் சொல்ல ஆரம்பித்தாள். ''அவ வீட்டுக்கு எதிர்பக்கமா ரேஷன் கடைக்குப் போற போது என்னைத் தடுத்து நிறுத்தினாள். ஒரு கப்பு டீ குடிக்க வீட்டுக்கு வரணும்னு பிடிவாதம் பண்ணினாள். டீ குடிக்கப் போகலைன்னா அவளோட வெறுப்புக்கு ஆளாகணும்? கோபம் முத்திப்போனா எவ்வளவு தொல்லைப் பண்ணுவாள்னு உனக்கு நல்லா தெரியுமே? தொந்தரவு செய்யறவங்களுக்கு கௌசல்யா ஜென்ம விரோதியா மாறிடுவாள். கொஞ்ச காலமா ரொம்ப செல்வாக்கோட இருக்குறா... அவளோட வீட்டு எதிர்ல ஒரு கவர்மென்ட் அதிகாரியோட கார் நிக்கறதை என்னோட கண்ணால பார்த்தேன்.'

''இதை அவள் எப்படிச் சாதிக்கறா. அதுவும் தன்னோட அழுக்குப் புடிச்ச புள்ளைங்களை வெச்சுக்கிட்டு.''

''அவளோட புள்ளைங்க ரொம்ப திறமைசாலிங்க,'' என்றாள் கிழவி.

''இப்போ என்னோட புள்ளைங்களை டாக்டர் ஐயாகிட்டே கூட்டிட்டுப் போறேன். இங்கே இருந்து வீணாப் பேசி பொழுதைக் கழிக்கறதில்ல, சிந்துத்தாயி.''

'சரி தங்கச்சி.'' வெற்றிலைச் செல்லத்திலிருந்து புகையிலையைக் கிள்ளி எடுத்துக்கொண்டே சிந்துத்தாயி சொன்னாள். ''இன்னைக்கு எனக்குக் கொஞ்சமும் முடியல. தலை சுத்துது. ஒரு சோடாவுக்குக் காசு தரமுடியுமா தங்கச்சி? வயிறுக்குச் சுகம் இல்லாதபோது சோடா குடிச்சா சரியாயிடும்.''

‘‘நீங்க சொல்றது நெஜமான சோடாவைத் தானா? நீங்க எப்போதும் நாட்டுச் சாராயத்தைத் தானே குடிப்பீங்க? ஒரு பாட்டில் மூசாம்பி சாராயத்தை வாங்குறதைப் பார்த்ததா இன்ஸ்பெக்டர் எங்கிட்டே சொன்னார்.’’ என்றாள் ஆயி.

‘‘எங்கே பார்த்தாலும் பொய் பேசறவங்கதான்’’ கிழவி முணுமுணுத்தாள். ‘‘கொஞ்ச நாளா எல்லோரும் என்னை வெறுக்கறாங்க. என்னைக் கேலி பண்ணுறாங்க. வாலிபம் போயிட்டா எல்லாப் பொம்பளைக்கும் அதுதான் கதி. லட்சுமி, இன்னைக்கு உனக்கொரு வீடு இருக்குது. ஆனா நான் சொல்றதை மனசுல வெச்சுக்க. பத்து வருஷம் போகட்டும். குப்பை மாதிரி இங்கிருந்து அடிச்சுத் தள்ளிடுவாங்க. வேற ஒருத்தி இங்க ஆயி ஆயிடுவாள். ஒரு வேளை மீரா. இல்லைன்னா அந்தக் கறுப்பி இருக்காளே சரஸ்வதி.’’

‘‘கரி நாக்கால அப்படியெல்லாம் பேசாதீங்க சிந்துத்தாயி’’ ஆயி எரிச்சலுடன் கூறினாள். ‘‘என் பொண்ணுங்க என்கிட்ட அன்பாக இருப்பாங்க. நான் அவங்களுக்கு துரோகம் செஞ்சதில்ல. இதோ இருக்காளே ருக்மணி, இவகிட்ட கேட்டுப் பாரேன். இவங்களுக்கு எப்படிச் சாப்பாடு குடுக்குறேன்னு. உடம்புக்கு முடியலைன்னா இவங்களை எப்படிக் கவனிச்சுக்கிறன்னு கேட்டுப் பாரு. உங்க புள்ளைங்க செஞ்ச மாதிரி என்னை அடிச்சுத் துரத்த மாட்டாங்க சிந்துத்தாயி. சாகற வரைக்கும் நான் தான் அவங்களோட ஆயி.’’

இளக்காரமாகச் சத்தம் போட்டாள் சிந்துத்தாயி... ‘‘நானும் ஒரு காலத்துல அப்படித்தான் நெனச்சுட்டு இருந்தேன். ஆனா என்ன நடந்தது. பொல்லாப்பு சுமத்தி என் அருமை மகள் வீட்டை

விட்டுத் துரத்தினா? என்னால என்ன செய்யமுடியும். ஏதோ ஒரு ஆம்பளைய வளைச்சுப் போடற வயசெல்லாம் முடிஞ்சு போச்சு. எங்கேயாவது கொஞ்சம் ஒதுங்கி தலைசாய்க்கறதுக்கு ஒரு கூரை கெடைக்குமான்னுதானே அலைஞ்சு திரியுறேன். தெரு மூலையிலே உட்கார்ந்து ஒரு வருஷம் பிச்சையெடுத்தேன். அப்பதான் இங்க இருக்கறவங்களுக்குத் தேவைப்பட்டேன். வெறும் இருபது ரூபா செலவுலே கர்ப்பம் கலைச்சுக் குடுக்க என்னால முடிஞ்சுது. அதுக்காக நீங்களெல்லாம் வீட்டுக்கு கூட்டிட்டு வந்தீங்க. எனக்கு அதிர்ஷ்டம் இருக்குது. உனக்கு அதிர்ஷ்டம் இருக்கும்னு எப்படிச் சொல்லுவே?''

புடவை முந்தானையால் முகத்தை மறைத்து, வெட்கத்தை மறந்து ஓவென்று அழுதாள் ஆயி. தனது கிராமத்தில் சேறு நிரம்பிய குளத்தில் எருமைகள் எழுப்பும் சத்தம் சீதாவின் ஞாபகத்திற்கு வந்தது. ஆயியின் அழுகை விசித்திரமானது. சீதா தோளால் ருக்மணியை இடித்தாள். குலுங்கிச் சிரிக்க வேண்டுமென்று சீதாவுக்குத் தோன்றியது. ஆனால் அந்தத் தடித்த பெண் அழுவதை, துயரில் பங்கேற்கும் முகபாவத்துடன் கவனித்துக் கொண்டிருந்தாள் ருக்மணி.

அறைக்குள்ளிருந்து மீரா உரக்கக் கூப்பிட்டாள். ''ருக்மணி கொஞ்சம் உள்ளே வா. என்னோட ரவிக்கையோட பின் கொக்கியைப் போட்டுவிடு''.

திறந்த ரவிக்கையும், கறுப்புப் பட்டுத் துணியாலான உள் பாவாடையும் அணிந்து நிற்கும் மீராவுக்கு உதவ ருக்மணி அறைக்குள் சென்றாள். மீராவின் முகம் மகிழ்ச்சியால் மலர்ந்திருந்தது. நெற்றியில் சிவப்புக் குங்குமத்தையும் விழிகளில்

மையையும் தீட்டியிருந்தாள். ''மீராத்தாயி நீங்க வெளியே எங்காச்சும் போறீங்களா?'' அந்தச் சிறுமி கேட்டாள். ''சீ... இல்ல, சாயங்காலம் வரேன்னு சொன்ன என்னோட காதலனுக்காகத் தயாராயிட்டு இருக்கேன்.'' என்றாள் மீரா.

''உங்களைப் பார்த்தா புதுப்பெண்ணாட்டம் இருக்கீங்க.'' ருக்மணி சொல்வதைக் கேட்டு கலகலவென்று சிரித்த மீரா அவளை வாரியணைத்தாள்.

''எனக்குக் கல்யாணம் ஆயிடுச்சு! அதை யார்கிட்டையும் சொல்லாதே...'' என்றாள் மீரா.

''உங்களைப் பார்க்க வர்ற அந்தக் காலேஜ் பையனைப் கல்யாணம் பண்ணிட்டீங்களா? உங்களைப் பார்க்கறதுக்காக பேனாவை வித்தவர்.''

''ஆமாம் அவர்தான் என் புருஷன், அவரோட பேர் கிருஷ்ணன். ஆச்சர்யமாக இருக்குதா ருக்மணி? நான் மீரா, அவர் கிருஷ்ணன். பரவாயில்லையா?''

ருக்மணி எதுவும் பேசவில்லை. அந்த மாலை வேளையில் மீராத்தாயி மிகவும் விசித்திரமாக நடந்துகொண்டதைப் போல அவளுக்குப் பட்டது. கடுமையான ஜுரம் கண்டவர்கள் உளறிப் பிதற்றுவதைப் போலிருந்தது மீராவின் உரையாடல். அவளது கன்னங்கள் சிவந்திருந்தன. கண்கள் மின்னின. மஞ்சள் மலர்களால் கோர்க்கப்பட்ட மாலையை மீரா தலையில் சூடியிருந்தாள். உதடுகள் மேலும் சிவக்க பற்களால் இதழ்களைக் கடித்தாள். ''அப்படின்னா நீங்க லிப்ஸ்டிக் போட்டுக்கலாமே?'' ருக்மணி கேட்டாள். ''அவருக்கு லிப்ஸ்டிக் போடறது புடிக்காது.'' ரவிக்கையின் கொக்கியை மாட்டியதும் உணர்ச்சிவசப்பட்ட மீரா

ருக்மணியைக் கட்டியணைத்து முத்தமிட்டாள். ''கடவுள் உன்னைக் காப்பாத்தட்டும் கண்ணே.'' என்றாள் மீரா.

ருக்மணி வரவேற்பறைக்குத் திரும்பி வந்தபோது ஆயி அழுகையை நிறுத்தியிருந்தாள். சிந்துத்தாயைக் காணோம்.

சாலையைக் கடந்து செல்லும் பஸ்களைப் பார்த்தவாறு படிகளில் அமர்ந்திருந்த சீதாவின் அருகில் சென்று அமர்ந்தாள் ருக்மணி. ''ஒருநாள் டபுள் டக்கர் பஸ்லே ஆயி எங்களைக் கூட்டிட்டுப் போனாள். அதிலே உட்கார்ந்து வெளியே கையை நீட்டி மரத்திலேர்ந்து கொய்யாக்காயைப் பறிச்சிருக்கேன்.'' என்றாள் சீதா.

''போடீ கதை விடாதே.'' ருக்மணி சொன்னாள். ''ஆயிகிட்ட கேட்டுப்பாரு.'' சீதா கிசுகிசுத்தாள். ''சத்தியமா மரத்திலேர்ந்து பழுத்த கொய்யாக்காயைப் பறிச்சேன். அது முழுக்க கொட்டைகள் இருந்துச்சு. கொய்யாக் கொட்டை வயிறு நிறைய புழுக்களை உண்டாக்கும்னு ஆயி சொல்லியிருக்காள். நீளமா சுருண்டு கெடக்குற புழுக்கள்''.

''அந்த மாதிரியான புழுக்கள் உன்னோட வயித்துல இருக்கும். அதனால தான் நேத்து வாந்தியெடுத்தே...''

''ஆம்பளைங்க என்னோட ஒடம்பை தொட்டுத் தடவுறப்ப உள்ளுக்குள்ள குமட்டுறதாலேதான் நேத்து வாந்தி பண்ணினேன்.''

''ஆம்பளைங்களைக் கண்டாலே எனக்கு வெறுப்பா. இருக்குது.''

"அப்படின்னா கல்யாணம் பண்ணிக்க மாட்டியா? சொந்தமா ஒரு வீடும் கொழந்தைகளும் எதுவும் வேண்டாமா உனக்கு?"

"பின்னே வேண்டாமா! சொந்த வீடும் கொழந்தைகளும் ஆசைதான். முழங்காலைக் கட்டிப் பிடிச்சு விளையாட கொழுகொழுன்னு ஒரு கொழந்தைக்காகக் கனவு காணுறேன். என்னைப் பார்த்து அவன் சிரிக்கணும். அம்மான்னு கூப்பிடணும். ஆனா ஒரு ஆம்பளையும் என் வீட்டுல இருக்கக் கூடாது...."

வழிப்போக்கர்களுக்கு முகத்தைக் காட்டாமல் மறைத்துக் கொண்டு ஒருத்தன் உள்ளே நுழைந்தான்.

"இத்தனை சீக்கிரமா? சாயங்காலம் கூட ஆகலையே?" ஆயி கேட்டாள்.

"சாயங்காலம் நேரம் கெடையாது." என்றான் அவன். வெள்ளை ஃபுல் ஷர்ட்டும், டெரிலின் பேண்டும் அணிந்திருந்தான். அவை அழுக்காகி இருந்தன. விரலைக் கடித்துப் பதற்றத்துடன் சுற்றிலும் பார்த்தான்.

"சரி, சரி, யார் வேணும்னு பார்த்துக்கோ." கூடியிருந்த பெண்களை நோக்கி விரலைச் சுட்டி ஆயி கேட்டாள். மீராவைத் தவிர அனைவரும் வரவேற்பறையில் இருந்தனர். ராதா வழக்கம் போல தொடையைக் காட்டியபடி அலட்சியமாக அமர்ந்திருந்தாள். வந்தவன் அவளைப் பார்த்து விரலைக் காட்டினான். அனுசரணையோடு உள்ளே அழைத்துப் போனாள்.

அதற்குள் மீராவின் அறையிலிருந்து கீதா கோவிந்தத்தின் வரிகள் உயர்ந்தன.

'எத்தனை அழகா பாடறா என்னோட மீரா'' என்றாள் ஆயி. இளம் பெண்கள் நிசப்தமாகப் பாட்டைக் கேட்டுக் கொண்டிருந்தார்கள்.

ரதிஸுக ஸாரே கதமபிஸாரே மதன மனோஹர வேஷம்

ந குரு நிதம்பினி கமனவிளம்பன மனுஸரதம் ஹ்ருத யேசம்.'

4

கல்லூரி மாணவனுடன் ஓடிப்போன விஷயம் பொழுது புலர்ந்த பிறகே ஆயிக்குத் தெரியவந்தது. மீராவின் அறை மூடப்பட்டிருந்தது. மீராவின் அறைக்கு வெளியே நடந்துபோன மற்ற இளம் பெண்கள் கதவை வழக்கம் போல தட்டியபடி கேட்டனர். ''மீராத்தாயி, படுக்கையிலேர்ந்து எழுந்திருக்க முடியாத மாதிரி அந்த ஆள் அசதி பண்ணிட்டுப் போயிட்டானா?'' எப்போதும் போல கோபமான பதிலோ அல்லது மெல்லிய சிரிப்போ எதுவுமே கேட்கவில்லை.

''வந்து சாப்பிடு.'' கதவைப் பலமாகத் தட்டிய ராதா கூப்பிட்டாள்.

ஒவ்வொரு நாளும் காலை ஆறு மணிக்குள் அந்த வீட்டில் உணவு தயாராகிவிடும். நெய் வடியும் புரோட்டாவும் முட்டைக் குழம்பும் சேர்ந்த கனமான உணவு. அதற்கு மேல் ஒரு கப் பாலும் தரப்படும். காலை உணவுக்குப் பிறகு இளம் பெண்கள் அனைவரும் நிம்மதியாகப் படுத்து உறங்குவார்கள். பிற்பகல் இரண்டு மணிக்கான மதிய உணவு நேரம்வரை அந்த நித்திரை

நீடிக்கும். மறுபடியும் தூக்கம். ஐந்து மணிக்குமேல் துயில் கலைந்து தினக் கடமைகளுக்காக விழித்தெழுவார்கள். குளியல் ஆரம்பமாகும். ஈரக்கூந்தலை வாரி பூமாலையைச் சூட்டிக்கொள்வார்கள். எடுப்பாகத் தோற்றமளிக்கக் கன்னத்தில் ரூஜ் பூசுவார்கள். இளஞ்சிவப்பு நிறத்தாலான அந்தப் பவுடருக்கடியில் அவர்களது தோல் அகால முதுமை பாதித்துச் சாம்பல் நிறமாகக் காட்சி தரும். நிரந்தரமாக உபயோகிப்பதால் அவர்களது உடல் ஜீவனற்ற மரப்பட்டையைப் போல இருக்கும்.

சிறுமிகளான ருக்மணியும் சீதாவும் மட்டுமே சிரித்துக் கொண்டிருப்பார்கள். உடலுறவின் நுணுக்கங்கள் பற்றித் தெரிந்து வைக்கத்தக்க வயதை அவர்கள் எட்டவில்லை. புலனாகாத ஏதோ ஒரு காரணத்தால் தங்களுக்கு வழங்கப்பட்ட தண்டனைதான் இந்த உடலுறவு என்று கருதினர். பெண்ணை ஒரு பாரமாக, கடனாகக் கருதும் ஒரு சமூகத்தில், பெண் பிள்ளையாகப் பிறந்த பாவத்தின் தண்டனையைத் தாங்கள் அனுபவிப்பதாக எண்ணிக்கொண்டார்கள். சதுரக் கட்டத்தில் பாண்டியாட்டத்திற்கு நடுவே அடிக்கடி நிகழும் இந்தத் தண்டனையை அந்த இரு சிறுமிகளும் எதிர்ப்பதுண்டு. அந்த அளவுக்குக் கபடமற்றவர்கள் அவர்கள். தாத்தாவின் வயதையொத்த முரட்டுத் தடியன்கள் அவர்களது இளம் சரீரத்தில் ஆனந்தத்தைக் கண்டடையும் போது அவர்களின் மனம் வெளியே வரவேற்பறையின் சதுரக் கட்டத்தில் பெரிய ஓட்டுச் சில்லை காலால் நகர்த்தி குதித்துக் கொண்டிருக்கும்.

மூடிக்கிடந்த கதவை ராதா தள்ளித் திறந்தபோது சுருக்கம் விழாத படுக்கையைக் கண்டாள். மீரா அங்கில்லை. மீராவிற்குப்

பிடித்தமான புடவைகள் அடுக்கி வைக்கப்பட்டிருந்த டிரங்க் பெட்டியும் அங்குக் காணப்படவில்லை. உள்ளங்கை அகலமுள்ள மீராவின் முகம் பார்க்கும் கண்ணாடி தரையில் கிடந்தது.

கையை நெற்றியில் அழுத்தியபடி ராதா அலறினாள்: ''அய்யோ நம்ம மீராத்தாயி எங்கேயோ போயிட்டா! அவளோட காலேஜ் காதலனோட ஓடிப்போயிருப்பாளா?''

விவரமறிந்த ஆயி மீராவின் படுக்கையில் வந்தமர்ந்து பெருங்குரலெடுத்து அழ ஆரம்பித்தாள். ''என்னோட தங்கக் குருவி கூண்டை விட்டுப் பறந்து போயிடுச்சே!'' அதிர்ச்சியூட்டும் அந்த வார்த்தையைக் கேட்டு துயருற்றதைப் போல ஜன்னலுக்கு வெளியே வந்தமர்ந்த காக்கையொன்று கரையத் தொடங்கியது. ஆயியின் தலைமுடியை மெல்ல கோதியபடி ராதா சமாதானப்படுத்தினாள். ''மீராத்தாயி நிச்சயமா திரும்பி வருவாள். அவன் கையிலே பணம் எதுவுமில்லை. மீராத்தாயோட தங்கச் சங்கிலியை வித்து அதைத் தின்னு தீர்த்த பெறகு தானே வந்திடுவாள்.'' அப்போதும் ஆயி அழுது கொண்டிருந்தாள். ஒப்பாரி சத்தம் உச்சத்தை எட்டியது. கடைசியில் துக்கம் விசாரிப்பதற்காக அக்கம் பக்கத்தவர்கள் அங்கு கூடினர்.

முதலில் கௌசல்யா வந்தாள். ''அக்கா என்ன நடந்துச்சு?'' ஆயியிடம் கேட்டாள். ''யாரோ துரோகிங்க என்னோட மீராவைக் கடத்திட்டுப் போயிட்டாங்க. அவ அழகுமேல எல்லோருக்கும் பொறாமை. எல்லா கவர்மெண்ட் அதிகாரிகளும் பணக்கார வியாபாரிகளும் அவளைச் சொந்தமாக்க ஆசைப்பட்டாங்க.

எல்லாமே தொலைஞ்சு போச்சு. என்னோட மீராவை மாதிரி ஆம்பளைங்களை வசியம் பண்ணுறவ யாரு இருக்கா? அவளோட தோலுக்குத் தங்க நிறம்! என்ன ஒடம்பு! இனி காசிக்குப் போயி செத்தாப் போதும்.'' ஆயி தொடர்ந்து ஒப்பாரி பாடிக் கொண்டிருந்தாள்.

மீரா விருப்பப்பட்டுத்தான் போயிருப்பாள்'' என்றாள் கௌசல்யா. ''இப்படிப்பட்ட சம்பவம் இதுக்கு முன்னாடி நடந்ததில்லையே? மரைன் டிரைவ்லேர்ந்து போன வருஷம்தானே அந்த நேபாளிப் பொண்ணு பறந்து போனா? போனாப் போறா, நன்றி கெட்ட ஒரு பொண்ணை நெனச்சு எதுக்காக அக்கா கவலைப்படறீங்க?''

''கௌசல்யா உனக்குத் தெரியாதா, இந்தப் புள்ளைங்கள எப்படிக் கவனிச்சுக்கறேன்னு. நெய்யில பொரிச்ச புரோட்டாவும் முட்டையும் பாலும், காட்லிவர் ஆயில் மாத்திரைகளும் இவங்களுக்குத் தரேன். பட்டணத்துல நடக்கற எல்லா திருவிழாக்களுக்கும், எக்ஸிபிஷனுக்கும் இவங்களைக் கூட்டிட்டுப் போவேன். அவங்க மேலே அத்தனை அன்பு வெச்சிருக்கேன்''.

''அக்கா நீங்க ரொம்ப இரக்கம் காட்டிட்டீங்க, இந்தப் புள்ளைங்க மேலே அளவுக்கு மீறின அன்பு காட்டறதைப் பத்தி பேசணும்னு நெனச்சுக்கிட்டிருந்தேன். இரக்கம் ஒருபோதும் இரக்கத்தை உண்டு பண்ணாது. தப்புப் பண்றதைப் பார்த்துட்டா என் புள்ளைங்களைச் சாட்டையால அடிப்பேன். அதனால் அவங்களுக்கு என்மேல பயம். என்னோட புள்ளைங்க என்கிட்ட அனுசரணையா நடந்துக்குவாங்க. அக்காவோட சின்னப் புள்ளைங்க செய்யுற மாதிரி மத்தியானம் முழுசும் முன்கூடத்துல

பாண்டியாட விடமாட்டேன். மைனர் பொண்ணுங்களை விபசாரத்துக்குக் கொண்டுவர்றது குற்றம்னு அக்காவுக்குத் தெரியாதா? இந்த வீட்டு மைனர் பொண்ணுங்கள பத்தி ஆளுங்க குசுகுசுன்னு பேசுறாங்க. அக்காகிட்ட பிரியமா இருக்கிறவங்கதான் அப்படிப் பேசுறாங்க. அவங்க பேரை சொல்லமாட்டேன்." என்றாள் கௌசல்யா.

"என்னோட மைனர் புள்ளைங்களப் பத்தி சொன்னது யாரு?" அழுது சிவந்த கண்களுமாய் மீராவின் கட்டிலிலிருந்து எழுந்து ஆயி கேட்டாள்: "அந்தப் பிசாசு சிந்துத்தாயா? இல்ல இன்ஸ்பெக்டர் அய்யாவா?"

ரகசியங்களை ஒளித்து வைக்கும் பாவனையில் கௌசல்யா தலையாட்டினாள். "வம்பு பேசறதுக்காக இங்கே வரல. அக்காவுக்கு ஆறுதல் சொல்லத்தான் வந்தேன்."

புதிதாக அரும்பி மலரும் நட்புடன் ஆயி கௌசல்யாவைக் கட்டியணைத்தாள். "நீ மட்டுந்தான் எங்கிட்டே இரக்கம் காட்டுற" என்றாள்.

"நாம ஒற்றுமையா இருப்போம்." என்றாள் கௌசல்யா. "நமக்கு பொது எதிரிங்க இருக்காங்க. ஒன்னா நின்னா, யாராலும் நம்மள தொல்லைப்படுத்த முடியாது, போலீஸுக்குக் கூட..."

கறுப்பு நிறத்தவளான சரஸ்வதி தனது சாமான்களுடன் மீராவின் அறைக்கு வந்தாள். "மத்தவங்களை விட அதிகமான ஆளுங்க என்கிட்டேதான் வர்றாங்க". அவளே விளக்கமும் தந்தாள். "முன்னாடியே இந்த ரூம் மேலே கண்ணு வெச்சிருந்தேன். இங்கேர்ந்து பார்த்தா அகலமான தெரு

தெரியும். ஜன்னல் படி மேல் உட்கார்ந்து கார்ல போறவங்களைச் சைகை பண்ணி வசியம் பண்ண இந்த ரூம் சௌகர்யமா இருக்குது.'' ராதா கடும் சீற்றமடைந்தாள். ஆனால் அவளைவிட அதிகமான வருமானம் ஈட்டித்தரும் சரஸ்வதியுடன் நியாயம் பேச அவளால் முடியவில்லை. அடுத்து நின்றவளின் காதில் ராதா உச்சரித்தாள். 'அவ சரியான தேவடியாதான். எவனாவது ஆம்பளை கண் எடுத்துப் பாத்தாப் போதும். இப்படியும் அப்படியும் பிருஷ்டத்தைக் குலுக்கறதை நீ பார்த்ததில்லையா?''

வரவேற்பறையின் சாய்ப்பில் கூனி அமர்ந்தவாறு அழுதும் மூக்கை சிந்தியும், மீராவின் நன்றிக் கெட்டத்தனத்தைச் சொல்லி சாபமிட்டுக் கொண்டிருந்தாள் ஆயி. அப்போது அவ்வழியே தொழிலாளர்களும், மில் ஊழியர்களும் அலட்சியமாகச் சென்று கொண்டிருந்தனர். இன்ஸ்பெக்டர் வந்தபோது பிற்பகல் ஆகிவிட்டது.

''லட்சுமி பாய் ''இந்த விஷயத்தை முந்தியே எங்கிட்டே சொல்லி யிருக்கலாமே?'' கரிய நெற்றியைக் கைகளால் அறைந்து சகிக்க முடியாத குரலில் ஆயி மறுபடியும் அழ ஆரம்பித்தாள்.

''இது முந்தியே தெரிஞ்சிருந்தா ஓடிப்போன அந்தச் சிறுக்கியை திரும்பக் கொண்டு வந்திருப்பேன். ரயில்வே பிளாட் பாரங்களுக்கும், பஸ் ஸ்டேண்டுகளுக்கும் என்னோட ஆளுங்களைச் சோதனை பண்ண அனுப்பியிருப்பேன். அந்தக் காலிப் பயலை ஜெயில்ல போட்டிருப்பேன். இதுக்குள்ளே அவங்க பட்டணத்தை விட்டு ஏதாவது கிராமத்துக்குப் போயிருப்பாங்க.''

''அந்தப் பையனை ஜெயில்ல போட்டு என்ன பிரயோஜனம் மீராதான் அவன்கூடப் போனாள். அவள் மைனர் கிடையாதே. அந்தப் பையனை ரகசியமா கல்யாணம் பண்ணிக்கிட்டதா ருக்மணி என்கிட்டே சொன்னாள்.'' என்றாள் ஆயி.

''கல்யாணமா?'' இன்ஸ்பெக்டர் கூச்சலிட்டான். ''நல்ல கௌரவமான ஒரு பையனுக்குக் கல்யாணம் பண்ணிக்க ஒரு வேசிதான் கெடச்சாளா? அவனொரு கூட்டிக் கொடுக்கறவனா மாறி அவளை வெச்சுப் பணம் பண்ணுவான். இந்தத் தந்திர உலகத்தைப் புரிஞ்சுக்க முடியாத சுத்த மனசு உங்களுக்கு லட்சுமிபாய். அந்த ஓடுகாலி தொடக்கூட ஒத்துக்க மாட்டேன்னுட்டா. காரணம் என்னான்னு தெரியுமா? ஒரு நாள் அவளுக்கு முப்பது ரூபா கொடுத்தேன். அப்போ அவள் சொன்னா, வேண்டாம் இன்ஸ்பெக்டர் ஐயா நான் காதலிக்கிற அந்த ஆளுக்குத் துரோகம் பண்ண முடியாது. உங்களோட அந்தஸ்தான இந்த விபசார விடுதியில், இருக்குற ஒரு பொண்ணு, என்னை மாதிரி செல்வாக்கான ஒருத்தன்கிட்ட இப்படியா பேசறது. என் தடியாலே அவளை அங்கேயே சரி பண்ணியிருப்பேன். ஆனா உங்க வீட்ல ரகளை பண்ணக் கூடாதுன்னு பொறுமையா இருந்துட்டேன். நீங்க என் அக்கா மாதிரி லட்சுமி பாய்.''

''உண்மை பேசறீங்க இன்ஸ்பெக்டர் ஐயா'' ஆயி அழுதாள். ''நீங்க என் சகோதரர். கவலையா இருக்குறபோது புத்திமதி கேட்க உங்களைத்தான் தேடிவர்றேன். உங்க உதவி இல்லைன்னா இந்தப் பக்கத்துல என்னால வாழவே முடியாது. இன்னும் கொஞ்ச நல்ல எடத்துக்கு, கிராண்ட் ரோடு பக்கமாக

புள்ளைங்கள கூட்டிட்டுப் போயிடலாம்னு பலதடவை யோசிச்சிருக்கேன். என் புள்ளைங்க நல்ல நெலமையில இருக்குறவங்க இல்லையா? இங்கே வர்றவங்களை கிறங்க வெச்சிடுவா என்னோட சின்னக் குழந்தை ருக்மணி. அவளுக்கு அப்படிப்பட்ட உடல்வாகும், சுத்தமான வாசனையும் இருக்குது. அவளுக்கு உங்களை ரொம்ப புடிச்சிருக்காம். நீங்க ரொம்ப அழகானவர்னு நேத்துச் சொன்னாள்.''

''அந்த ஹால்ல படுத்து தூங்கிட்டு இருப்பாள்? மீரா போனதாலே அவளுக்கு ரொம்ப சங்கடம். பாவம் ரொம்பவும் அழுதுட்டா. காலையில மீராதானே அவளைக் குளிப்பாட்டுவா. பாட்டும் சொல்லிக் குடுத்துகிட்டிருந்தாள்.''

''நான் ருக்மணியைக் கொஞ்சம் பார்க்கணும்'' அவன் விருப்பத்தைத் தெரியப்படுத்தினான்.

அந்தச் சிறுமியை அழைப்பதற்காக ஆயி உள்ளே போனாள். இரண்டு பிளாஸ்டிக் பொம்மைகளுக்குக் கணவன் மனைவி வேஷம் அணிவித்து விளையாடிக்கொண்டிருந்தாள் அவள். தரையில் ஒரு பக்கமாகச் சரிந்து படுத்தபடி சீதா அதைப் பார்த்துக் கொண்டிருந்தாள்.

''மகளே, இன்ஸ்பெக்டர் ஐயா உன்னைப் பார்க்கணும்னு வந்திருக்கார். பொம்மைகளை இங்கே வெச்சிட்டு என்னோட அறைக்குப் பக்கத்துல இருக்கிற சின்ன ரூமுக்குப் போ. அங்கே அவரை வரச் சொல்லுறேன்.''

''இப்போ வேண்டாம் ஆயி'' ருக்மணி பிடிவாதம் பண்ணினாள். நாங்க இங்கே ஒரு நல்ல வேடிக்கை பண்ணி விளையாடிக்கிட்டு இருக்கோம். நேத்து வாங்கித் தந்த பொம்மைக்

குழந்தைகளுக்குக் கல்யாணம் செஞ்சு வைக்கப் போறோம். மீரா, கிருஷ்ணன்னு அவங்களுக்குப் பேரு வெச்சிருக்கோம். அந்தக் கறுப்பு மூஞ்சி இன்ஸ்பெக்டரைப் போகச் சொல்லுங்க ஆயி...''

ஆயி குனிந்து அவளது காதைப் பிடித்துத் திருகினாள். ''இப்ப எழுந்திரு!'' அவள் ஏசினாள். ''இன்ஸ்பெக்டர் ஐயாகிட்டே வெறுப்பு காட்ட எப்படித் தோணுச்சு? அவர் வேணும்னு ஆசைப்பட்டா, போய்ச் சந்தோஷப்படுத்தணும். வரவர அனுசரிக்க மாட்டேங்கறே?''

''சரி ஆயி'' தரையைவிட்டு எழுந்த அந்தச் சிறுமி சம்மதத்தைக் தெரிவித்தாள். ''சீதா இங்கேயே இரு, இதோ வந்திடறேன். அப்புறமா பொம்மைகளோட கல்யாணத்தை நடத்தலாம்.'' அப்போது தரையில் படுத்திருந்த சீதா ஒரு வெளிறிய சிரிப்பை உதிர்த்தாள்.

இம்முறை அந்தச் சிறுமியிடம் இன்ஸ்பெக்டர் மென்மையாக நடந்துகொண்டான். ''கண்ணைத் திறந்து மூடுற ஒரு பொம்மைக் கொழந்தை உனக்கு வேணுமா?'' அவளது சிவந்த கைகளை வருடி இன்ஸ்பெக்டர் கேட்டான்.

''வேணும்'' ருக்மணி சட்டென்று சொன்னாள்.

''சர்ச் கேட் கடையிலே அது மாதிரி ஒரு பொம்மை இருக்குது.'' இன்ஸ்பெக்டர் கூறினான். ''வயிற்றை அழுத்தும்போது அம்மான்னு வாயைத் திறந்து அழும். அதொரு வெளிநாட்டு பொம்மை. நூறு ரூபா விலை. எப்பவும் என்கிட்ட அன்பாக நடந்துகிட்டா அவ்வளவு ரூபாயைச் செலவு பண்ணுறதுல எனக்கு வருத்தமில்லை. இந்த உலகத்துல மத்தவங்களைவிட உன்மேலதான் எனக்கு அன்பு.''

'அப்போ உங்க பொஞ்சாதி புள்ளைங்க கிட்டே?'' அந்தச் சிறுமி கேட்டாள்.

"ருக்மணி, உன்மேல இருக்குற அன்பு அவங்க மேல இல்லை. உன்னோட வயசுல எனக்கு ஒரு பேத்தி இருக்கறா. என்கிட்ட பிரியம் காட்டுறேன்னு நீ சத்யம் பண்ணினா, ஒவ்வொரு மாசமும் உனக்கு விளையாட்டு சாமான் வாங்கித் தருவேன். மீராவைக் கடத்திட்டுப் போன பையன் மாதிரி நான் அழகானவனில்லை. அசிங்கமா குரங்குமாதிரி இருக்கேன். என்னோட மூஞ்சியைப் பார்க்கறபோது சிரிக்கத் தோணுறதில்லையா?''

அவனது பரிதாபமான பேச்சைக் கேட்டபோது ருக்மணிக்குக் கனிவு பிறந்தது. 'உங்களைப் பார்த்தா அசிங்கமாகத் தோணல'' என்றாள்.

"எங்களை விட்டுட்டு ஓடிப்போன அப்பா மாதிரியே இருக்கீங்க. உங்களைப் பார்க்கறபோது என் அப்பா ஞாபகம் வருது.''

"என் கண்ணே! இனி நீ கவலைப்படாதே,'' இன்ஸ்பெக்டரின் கண்கள் கலங்கின. ''உன்னைக் காப்பாத்துவேன். என்னைத்தவிர வேற யார்க்கிட்டேயும் உன்னை விடக்கூடாதுன்னு லட்சுமிபாய்க்கு உத்தரவு போடுவேன். உனக்காக ஒரு தொகையை மாசாமாசம் அவளுக்குக் குடுப்பேன். அப்போ அவங்க தொண தொணக்க மாட்டாங்க சரியா? அப்படி ஒரு ஏற்பாடு பண்ணினா உனக்கு இஷ்டம்தானே?''

''ஏதாவது ஒரு வயசுப்பையன் என்னைக் கல்யாணம் பண்ண வந்துட்டா?'' களங்கமில்லாத அந்தச் சிறுமி கேட்டாள்.

''நான்தான் அந்த வயசுப் பையன்! என்னோட பூவே...' அவளைக் கட்டியணைத்துக் கொண்டே முரட்டுக் குரலில் முனகினான்.

அங்குமிங்குமாக நரைமுடி சிதறி நிற்கும் அவனது தலையின் அழுக்கு நாற்றம் அவளுக்குள் குமட்டலைத் தந்தது. உடனே கண்களை மூடிக்கொண்டாள். கட்டிலில் மல்லாந்து படுத்து நூறு ரூபாய் பெறுமானமுள்ள வெளிநாட்டு பொம்மையைப் பற்றிச் சிந்திக்கத் தொடங்கினாள்.

5

கூரிய முனையை உடைய ஒரு குச்சியும், ஏதோ அரைத்தெடுத்த பச்சிலை உருண்டையுமாக ஆயியின் அறையை ஒட்டியிருக்கும் சிறிய அறைக்குள் சிந்துத்தாயி நுழைந்தாள் அதைக் கண்டபோது ருக்மணியின் மனதில் அச்சம் சூழ்ந்தது.

''வேணாம் ஆயி, வேணாம், அந்தக் கிழவி என்னைத் தொடறதுக்கு விடாதீங்க.'' தீனமாய் மன்றாடிய சீதாவின் மெலிந்த கைகளைப் பற்றி இழுத்து, அந்தச் சிறிய அறைக்குள் தள்ளிச் சென்றாள் ஆயி. பிறகு அறையைத் தாழிட்டாள். அந்த அறைக்குள்ளிருந்து ஒலிக்கும சீதாவின் பரிதாபக் குரலைக் கேட்டபடி கதவருகே நின்றிருந்தாள் ருக்மணி. மனதைக் கிழிக்கும் குரலில் வீரிடும் சீதாவைச் சிந்துத்தாயி அதட்டுவதையும், தொடர்ந்து அழுகை முனகலாக மாறுவதையும் கேட்க முடிந்தது.

திடீரென்று உடைந்து சிதறிய ஒரு கதறல் அந்த அறையில் எழுந்தது. அதை யாரோ ஒருவரின் முரட்டுக் கைகள் சட்டென இறுகப் பொத்துவதைக் கேட்டபோது ருக்மணி கால்கள் தள்ளாடுவதை உணர்ந்தாள். அவளது தோழி சீதாவை அவர்கள் என்ன செய்கிறார்கள்?

வரவேற்பறையில் கம்பித்தடுப்புகளின் அருகே நடந்துபோன ருக்மணி வெளியே பார்த்தாள். ஆண்கள் நெருக்கமாக அமர்ந்திருக்கும் ஒரு டபுள்டக்கர் பஸ் ரோட்டைக் கடந்து சென்றது. அதில் அமர்ந்திருப்பவர்கள் உற்றுப் பார்ப்பதைப் போலத் தோன்றியது. புதிதாக வெள்ளையடித்த சுவரைப் போன்றிருந்தது வானம். ஒரே மாதத்தில் ஐந்து மரணங்கள் நிகழ்ந்த கிராமத்து வீட்டைப் பற்றி சீதா சொன்னதை நினைத்துப் பார்த்தாள். அப்போது அமானுஷ்யமான ஓர் கதறல் அவளது காதில் வந்து மோதியது. மிருகச்சாலையிலிருந்து தப்பி வந்த ஏதோ வொரு மிருகத்தின் கதறலா அது? அவளுக்கு ஆச்சர்யமாக இருந்தது. சற்று நேரத்தில் அறைக்குள்ளிருந்து சிந்துத்தாயி வெளியே வந்தாள். ஆயி அமரும் சாய்ப்பில் மௌனமாக அமர்ந்தாள். வெற்றிலைச் செல்லத்திலிருந்து காய்ந்த வெற்றிலைத் துண்டை எடுத்து வாயில் திணித்து மென்று தின்னத் தொடங்கினாள். ''நம்ம சீதாவோட நெலமை ரொம்ப மோசமா இருக்குது. அவ செத்துப் போறதே நல்லது.''

ருக்மணி உள்ளே ஓடினாள். அந்தச் சிறிய அறையின் கதவுகள் பாதித் திறந்திருந்தன. ஆயியும் ராதாவும் சேர்ந்து சீதாவின் தொடைகளுக்கடியில் பழைய புடைவைத் துண்டுகளைத் திணித்துக் கொண்டிருந்தனர். உடனுக்குடன் அந்தத் துணிகள்

ரத்தத்தில் நனைய ஆரம்பித்தன. ஒரு பொம்மைக் குழந்தையைப் போல அசைவற்றுப் படுத்துக் கிடந்தாள் சீதா. மதிய சூரியக் கிரணங்கள் பட்டு அவளது சிறிய முகம் வெளிறிப் போயிருந்தது. அவளது அப்போதைய தோற்றம் ஒரு வெளிநாட்டு பொம்மையை ஞாபகப்படுத்தியது. தட்டையான அவளது உடலில் ஒரு கட்டியைப் போல புடைத்திருந்த வயிறு மட்டும் துடித்துக் கொண்டிருந்தது. விலையுயர்ந்த பொம்மைகளின் வயிற்றை அமுத்தும்போது 'மம்மி' என்று அழுவதைப்போல இவளும் அழுவாளா?

''ருக்மணி நம்ம சீதா போயிடுவாள்.'' சன்னமான குரலில் பெரு மூச்செறிந்து ஆயி சொன்னாள். 'நல்லவங்க செத்தபெறகு போகும் சொர்க்கத்துக்கு இவளும் போகப் போறா.''

''சீதா செத்துக்கிட்டிருக்காளா?'' ருக்மணியின் கேள்விக்கு யாருமே பதிலளிக்கவில்லை.

இன்ஸ்பெக்டரின் வருகை அப்போது பேருதவியாக இருந்தது. மருத்துவ அறிக்கையை எழுதி வாங்குவதற்காக ஒரு டாக்டரை அழைத்து வந்தான். ஒரு மணி நேரத்திற்குப் பிறகு சீதாவின் உடல் மின் மயானத்திற்கு எடுத்துச் செல்லப்பட்டது. ஆயி மற்றும் மூன்று பெண்களின் முன்னிலையில் சீதாவின் உடல் எரிந்து சாம்பலானது. ஒரு தெரு வியாபாரியிடமிருந்து வாங்கிய பிளாஸ்டிக் பொம்மைக்கும், கிருஷ்ணன் என்று ருக்மணி பெயர் வைத்த வெளிர் பச்சை நிற பொம்மைக்கும் அவர்களிருவரும் சேர்ந்து நடத்திய திருமணம் மட்டுமே ருக்மணியின் நினைவுகளில் எஞ்சி நின்றது. அந்தப் பொம்மைகளின் அருகில் கிடந்து சத்தமெழுப்பாமல் கண்ணீர் உகுத்து ருக்மணி அழுதாள்.

வழக்கம் போல் ஒரு வாடிக்கைக்காரன் வந்து கதவைத் தட்டியபோது ராதா சொன்னாள். ''தயவுசெஞ்சு போயிடுங்க. இன்னைக்குக் காலையிலதான் இங்கே ஒரு துக்கம் நடந்தது.'' அவன் எதுவும் பேசாமல் திரும்பிப் போனான்.

இரவு நெருங்கியபோது சரஸ்வதியின் அறைக்குள்ளிருந்து ஓர் ஆண் குரல் கேட்டது. ருக்மணி திடுக்கிட்டு எழுந்தாள். சரஸ்வதி கடைப்பிடித்த துக்கம் வெகு நேரம் நீடிக்கவில்லை. யாரிடமிருந்தேனும் பரிவு நிறைந்த ஆறுதல் கிட்டாதாவென்று ருக்மணியின் மனம் தவித்தது. ஆயி அவளது தோள் மீது கை வைத்து கட்டியணைத்திருந்தால், மீண்டும் தூங்கியிருப்பாள். அறையில் சீதா இருப்பதைப் போலவே உணர்ந்தாள். இன்ஸ்பெக்டர் வந்து தன்னை அந்தச் சின்ன அறைக்குள் கூட்டிச் சென்று ருக்மணி உன்னை ரொம்ப பிடித்திருக்கிறது என்று திரும்பவும் சொல்ல மாட்டாரா... அச்சம் மனதில் நிறைந்திருந்த அவ்வேளையில் இப்படியெல்லாம் ஆசைப்பட்டாள்.

அடுத்தநாள் காலையில் ஆயி ஒரு ஜோதிடனை வீட்டுக்கு கூட்டி வந்தாள். அவன் தரையில் ஒரு கட்டத்தை வரைந்து அதில் சோழிகளைப் பரப்பி வைத்தான்.

''வாழ்க்கையில் ரொம்ப தோஷமான ஒரு திசையில போய்க் கிட்டிருக்கீங்க.'' என்றான் ஜோதிடன். ''ஒருத்தன்கூட ஒரு பொண்ணு ஓடிப் போயிட்டாள்னு சொன்னீங்க இல்லையா? வேற ஒருத்தி செத்துப்போயிட்டா. அதைவிட அதிகமான தோஷம் இனிமேதான் வரப்போகுது. கிரக நிலையைக் கட்டுப்படுத்த பூஜை நடத்தணும். துஷ்ட தேவதைகளைச் சந்தோஷப்படுத்தணும்.''

"கிரகங்கள் கூட எனக்கு எதிரிகளா? கிரகங்கள் எதிரா போய்க்கிட்டிருக்குது. இந்தப் பகுதியில் எதிரிங்க ரொம்ப பேர் இருக்காங்க. எல்லோருக்கும் என் மேல் பொறாமை. அவங்க பேரை சொல்ல மாட்டேன். மரைன் டிரைவ் இல்லைன்னா கொளாபாயில இருக்குற பாஸ்டா லைனுக்காவது இடம் மாறிப் போயிடலாம்னு இருக்கேன். அப்படியாவது மனச் சமாதானம் கெடைக்குமில்லையா?" ஆயி கேட்டாள்.

"புதிய எடத்துக்குப் போகணும்னா உங்களுக்கு எவ்வளவு ரூபா தேவைப்படும்? பகடியா ஏரியாவிலே லட்சம் ரூபா குடுக்க வேண்டி இருக்குமே. இதுன்னா நல்ல எடம். மிஞ்சிப் போனா ஆயிரம் ரூபா செலவு பண்ணி ஒரு ஹோமம் நடத்தினா போதும். அதுலேயே உங்க எதிரிங்க எல்லோரும் அடங்கிப் போயிடுவாங்க. வியாபாரம் விருத்தியாயிடும்."

"ஹோமம் நடத்தித் தர்றவங்க யாரையாவதும் தெரியுமா?' ஆயி கேட்டாள்.

ஜோதிடன் கூட்டத்தில் உற்சாகமின்றி நின்றிருந்த இளம் பெண்களைக் கூர்ந்து பார்த்தான். "நானே ஹோமம் நடத்தித் தர்றேன். ஆனா அதை ரகசியமா நடத்தணும். இந்த வீட்டுப் பின்னாடி வராந்தா இருக்குதா?"

ஜோதிடன் கிளம்பிப் போனதும் ஆயியை ஆறுதல் படுத்த சிந்துத் தாயி வந்தாள்.

"எல்லாமே கடவுளோட சித்தம் தங்கச்சி. இல்லைன்னா அவளை மாதிரி ஒரு சின்னப்புள்ளை கர்ப்பிணி ஆவாளா? அவள் வயசுக்குக்கூட வரலையே. இப்படியொரு விஷயத்தைக்

கேள்விப்பட்டதே இல்லே. ரொம்ப நாள் வாழற பாக்கியமில்லாத பொண்ணு. சீக்கிரமே சாவறதுக்கான எல்லா அறிகுறியும் அவகிட்டே இருந்துச்சு. வெளுத்திருக்கிற அவளோட உதடு உனக்கு ஞாபகம் இருக்குதா? அவளோட ஒல்லியான கைகளைப் பார்த்திருக்கிறீயா?''

ஆயி தேம்பியழுதாள். ''எத்தனை பிரியமான கொழந்தையா இருந்தா! மத்தியானம் எனக்கு வெத்திலை எடுத்துத் தருவா. பத்து வயதுக் கொழந்தையா இருக்கிறப்ப கிராமத்து புரோக்கர் ஒருத்தன் முன்னூறு ரூபாய்க்கு வித்தான். காலரா வந்து அவளோட அப்பனும் ஆத்தாளும் செத்துப் போயிட்டாங்க. மழைக்காலம் வந்ததுன்னா அவளுக்கு காட்லிவர் ஆயில் குடுப்பேன். இருந்தும் குண்டாகல. ஒருநாள் இன்ஸ்பெக்டர் ஐயா சொன்னாரு. 'அவளைக் குண்டாக்க முயற்சி பண்ணாதீங்க. ஒரு நாட்டியக்காரியோட உடல்வாகு அவளுக்கு. டான்ஸ் கத்துக்குடுங்க. பணக்காரங்களை அவள் வசியம் பண்ணுவா'. பரதநாட்டியம் கத்துக்க ஸ்கூலுக்கு அனுப்பலாம்ன்னு இருந்தேன். ஆனா என்னோட தங்கக் கொழந்தையைக் கடவுள் புடுங்கிட்டார். சிந்துத்தாயி, தயவுசெய்து இங்கே நடந்த எதையும் வெளியே சொல்லாதீங்க. அப்பன்டிக்ஸ் வெடிச்சு அவ செத்துப் போயிட்டதா டாக்டர் ஐயா சர்டிபிகேட் எழுதித் தந்திருக்கார்.''

''அப்பன்டிக்ஸ்ன்னு சொன்னாயே, அப்படின்னா என்ன? கர்ப்பப் பையா?'' கிழவி கேட்டாள்.

''இல்ல, இல்ல... வேறே என்னவோ'' ஆயி பதிலளித்தாள்.

''இனியாவது கவனமா இருக்கணும் லட்சுமி. ஆபத்து வராமப் பாத்துக்கணும். ருக்மணிக்கு அப்படியொரு ஆபத்து

வரக்கூடாது. கர்ப்பம் உண்டாகற அளவுக்கு அவ ஒடம்பு வளர்ந்திருக்குது.'' சிந்துத்தாயி உபதேசம் பண்ணினாள்.

''ருக்மணிக்குப் பிரச்சனை வராது. இன்ஸ்பெக்டர் ஐயா அவள் மேல ரொம்ப பிரியமா இருக்கார். அவளை வெப்பாட்டியா வெச்சுக்கப் போறார். அவருக்கு இனி கொழந்தை பொறக்காது. அத்தனை வயசாச்சு'' என்றாள் ஆயி.

''கொழந்தைகளைப் பொறக்க வைக்க எந்த ஆம்பளைக்கும் வயசு முக்கியம் கெடையாது லட்சுமி. எண்பது வயசான ஒருத்தன் இருபது வயதுப் பெண்ணைக் கல்யாணம் பண்ணி ரெண்டு கொழந்தைகளைப் பெத்த விஷயம் எனக்குத் தெரியும். இன்ஸ்பெக்டர் ஐயா ஆம்பளைங்கள்ல சிங்கம் மாதிரி. இந்த பூமி முழுசும் கொழந்தைகளை உண்டு பண்ணுற சக்தி அவர்கிட்டே இருக்குது.''

அதைக் கேட்டு ஆயி சிரித்து விட்டாள். அத்துடன் கிழவியின் அருவருப்பான சிரிப்பும் எழுந்தது.

அவர்களின் உரையாடலுக்கிடையே ''வளையல் வேணுமா?'' என்று கேட்டபடி ஒரு வளையல் வியாபாரி வீட்டின் எதிரில் வந்து நின்றான். பல வண்ண வளையல்கள் அடுக்கி வைக்கப்பட்ட ஒரு கண்ணாடிப் பெட்டியை தோளில் மாட்டியிருந்தான். வளையல்கள் வாங்க ருக்மணி ஓடிவந்தாள். அவன் தரையில் உட்கார்ந்திருந் தான். அட்டை உருளைகளில் அடுக்கி வைக்கப்பட்ட வளையல்களை வெளியே எடுத்தான். ஒவ்வொன்றிலும் மூன்று டஜன் வீதம் வளையல்கள் இருந்தன. சரஸ்வதி தனது கைகளை நீட்டியபடி கேட்டாள். ''அந்த ஆரஞ்சுக் கலர் வளையல்களைக் காட்டுங்க. அதெல்லாம்

நைலான் வளையல்களா?'' ''ஆமா ஆனா விலை அதிகம்.'' என்றான் வளையல் வியாபாரி. ''அதை வாங்குற தகுதி எனக்கு இல்லைன்னு நீங்க நெனக்கறீங்களா?'' குறும்பு நிறைந்த கண்களுமாய் அந்தக் கறுப்பு நிறப் பெண் கேட்டாள். எல்லாம் தெரியும் என்கிற விதத்தில் அவனும் சிரித்தான். 'தங்க வளையல் வேணும்னா கூட உங்களால வாங்க முடியுமே.'' அவன் பவ்யமாகச் சொன்னான். அதைக் கேட்டுச் சிரித்தாள். வெள்ளி மணி ஒலிப்பதைப் போன்றிருந்தது அவளது சிரிப்பு.

''ருக்மணி உனக்கு வளையல் வேணாமா? நல்ல சிவப்பு வளையல் உன்னோட கைக்கு எடுப்பாக இருக்கும்.'' ஆயி கேட்டாள்.

ருக்மணி வேண்டாம் என்கிற அர்த்தத்தில் தலையாட்டினாள். வளையல்கள் திடுமென சீதாவைப் பற்றிய ஞாபகங்களை அவளுக்குள் கிளறின. அத்தோடு வளையல்கள் அணியும் ஆர்வமும் இல்லாது போனது. ''வேண்டாம் ஆயி, எனக்கு எதுவுமே வேண்டாம்.'' என்றாள். தனது கைகளை அழுத்திப் பிடித்து ஒரு டஜன் ஆரஞ்சு நிற வளையல்களைப் போடும்படி சரஸ்வதி அவனிடம் கூறினாள். ''நான் இந்த வளையல்களுக்குப் பணம் தரலைன்னா?'' வசீகரமாகச் சிரித்துக் கொண்டே மெல்லக் கேட்டாள்.

அப்போது அவளது சிரிப்பில் வெட்கம் ததும்பியது. ''நீங்க பணம் எதுவும் தரவேண்டாம்'' என்றான். ''என்ன வியாபாரம் இது?'' சரஸ்வதி கேள்வியைத் தொடுத்தாள். இளம் சிவப்பு வாயல் ரகத் துணியாலான ரவிக்கையின் உறுதியைப் பரீட்சிக்கும் அவளது மார்புகளில் அவனது கண்கள் நிலைகுத்தின. அவளது திரட்சியான பிருஷ்டம் அவனது கண்களினூடாகக் கடந்து

போனது. ''நானொரு நல்ல வியாபாரியாக இல்லாம இருக்கலாம். ஆனா நல்லவன், உங்களுக்கு அதைத் தெளிவுப்படுத்தட்டுமா?'' என்றான். அதைக் கேட்ட சரஸ்வதி கணீரெனச் சிரித்தாள்.

''உங்களுக்கு எந்த ஊரு'' ஆயி வினவினாள். ''நான் வாரணாசியிலேர்ந்து வர்றேன்'' என்றான். ''தாதருக்குப் பக்கத்துல எங்க அண்ணனுக்கு ஒரு வெத்திலைக் கடை இருக்குது.''

''வெத்திலைக் கடையிலே நெறைய பணம் கிடைக்குமா?''

''இல்ல அம்மா''.

ஏதோ வாழ்க்கையை ஓட்டலாம்.'' அதற்குள்ளாக இன்ஸ்பெக்டர் உள்ளே வந்தான். அவனுக்கு அதிகம் வியர்த்திருந்தது.

''எல்லாத்தையும் பத்திரம் பண்ணிட்டேன்'' என்றான் இன்ஸ் பெக்டர். ''நான் கொஞ்சம் படுக்கணும்'' ஒருமணி நேரமாவது ஓய்வு வேணும். ருக்மணி எங்கே? ஆ... இதோ இங்க நிற்கிறாளே...''

இன்ஸ்பெக்டரின் அறைக்குள் ருக்மணியைத் தள்ளிவிட்டாள் ஆயி. படுக்கையில் மல்லாந்து கிடக்கும் அந்த தடித்த மனிதனைக் கதவைப் பிடித்தவாறு ருக்மணி கவனித்தாள். ஆடைகளைக் களைந்து படுத்திருந்த அவன் கூப்பிட்டான். ருக்மணி நகரவில்லை.

''உனக்கு என்கிட்ட கோபமா. அன்பே?'' அவன் கேட்டான். ''சர்ச் கேட்லேர்ந்து வெளிநாட்டுப் பொம்மையை வாங்கி வராததால கோவிச்சிட்டியா? அந்தப் பொண்ணோட மரணம் சம்பந்தமா நூறாயிரம் வேலைகள் செஞ்சு முடிக்க

வேண்டியதாயிடுச்சு. ரொம்ப களைச்சுப் போயிட்டேன். கொஞ்சம் பொறு. மூணு நாளுக்குள்ளே அந்தப் பொம்மைக் கொழந்தை உன்கிட்டே இருக்கும். அதுக்கு சீதான்னு பேர் வெக்கலாம்.''

அதைக் கேட்ட ருக்மணி அவளது தோழியின் மரணத்திற்குப் பிறகு முதன்முதலாக வாய்விட்டு அழுதாள். அவனருகே ஓடி வந்தாள். ரோமம் நிறைந்த அவனது நெஞ்சில் முகம் புதைத்துத் தேம்பியழுதாள். ''பப்பா, பப்பா'' சொல்லிக்கொண்டே இருந்தாள். அதைக் கேட்டு அதிர்ந்து போயிருந்தாலும்கூட அவளது சுருள் முடியை மெல்ல வருடினான். ''பப்பா என்னை இங்கேர்ந்து கூட்டிட்டுப் போங்க. இல்லாட்டி செத்துப்போயிடுவேன்.'' தீனக்குரலில் சொல்லிக் கொண்டிருந்தாள்.

இன்ஸ்பெக்டர் அவளது நெற்றியில் முத்தமிட்டான். அவனிடமிருந்து காமம் ஓடி மறைந்தது. ''பப்பாவா? உன்னோட அப்பாவை அப்படித்தான் கூப்பிடுவியா?'' என்று கேட்டான்.

''ஆமா,'' ருக்மணி விசும்பலுக்கு நடுவே சொன்னாள். ''பப்பாவுக்கு என்னை ரொம்பப் பிடிக்கும். ஆனா அம்மாகிட்ட சண்டை போட்டிட்டு எங்கே போறேன்னு கூடச் சொல்லாம பப்பா போயிட்டாரு. பெறகு பப்பா திரும்பி வரவே இல்ல. தீபாவளிக்கு புது ஃப்ராக் வாங்கி வருவார்ன்னு எதிர்பார்த்து வீட்டுக்குப் பக்கத்தில காத்திட்டு இருந்திருக்கேன்? இனி எப்பவாவது என்னைப் பார்க்க பப்பா வருவாரா?''

''என்னைப் பப்பா மறந்து இருப்பாரா?''

''மகளே அழாதே'' இன்ஸ்பெக்டர் சொன்னான்.

"உன்னோட பப்பாவா நான் இருக்கேன்? இனி உன்னை என்னோட சொந்த மகள் மாதிரி நடத்துவேன். அது போதாதா மகளே."

அவனது கையணைப்பில் தூங்கிப் போனாள். ஒரு டபுல் டக்கர் பஸ்ஸில் அவளும் சீதாவும் பயணம் செய்வதைப் போலவும், உயரமான கொய்யா மரத்திலிருந்து கொய்யாக்காயைப் பறித்து கொட்டையோடு சேர்த்துத் தின்பதைப் போலவும் கனவு கண்டாள்.

6

ஈக்களைப் பிடிக்க நாக்கை நீட்டிப் படுத்துக் கிடக்கும் முதலையைப் போல, மதியப் பொழுதில் ஆயி படுத்திருந்தாள். அழுது, அழுது கலங்கிய கண்களும் அழுக்கான ஆடைகளுமாக மீராத்தாயி அங்கு வந்து சேர்ந்தாள். உறங்கிக்கொண்டிருந்த ஆயியின் உருவம் அருவருப்பையும், பீதியையும் உண்டாக்கக் கூடியதாக இருந்தது. ஆயியின் அத்தோற்றத்தைப் பார்த்து ருக்மணி தரையில் அமர்ந்திருந்தாள். அந்த மத்திய வயதுப் பெண்ணின் பருத்த மார்பில் முகம் சாய்த்து மீராத்தாயி அழுதுப் புலம்பினாள்.

"எனக்கு உதவி பண்ணுங்க ஆயி. அவரை அடிச்சுக் கொல்லுறதுக்காகப் போலீஸ்காரங்களுக்கு இன்ஸ்பெக்டர் ஐயா உத்தரவு போட்டிருக்கார். போலீஸ் ஸ்டேஷன்ல புடிச்சு வெச்சு அவரை அடிச்சி உதைச்சுக் கொல்லுறாங்க. இன்னும் கொஞ்ச நேரத்துல அவர் செத்துப் போயிடுவார் ஆயி. நான் விதவை

ஆயிடுவேன். எழுந்திருங்க ஆயி, இன்ஸ்பெக்டர் ஐயாகிட்டே போய் அவரை அடிக்க வேணாம்னு சொல்லுங்க.''

ஆயி விழித்தெழுந்து அவளது முகத்தை உற்றுப் பார்த்தாள். அவளது கருத்த முகத்தில் உணர்வு திரும்பியது.

''மீரா என்ன ஆச்சு, அப்படின்னா திரும்பி வரத் தீர்மானிச் சிட்டியா?''

''அவரை அடிச்சுக் கொல்லுறாங்க, எழுந்திருங்க ஆயி. அவர் குற்றவாளி இல்லைன்னு இன்ஸ்பெக்டர் ஐயாகிட்டே சொல்லுங்க. என்னை இங்கேர்ந்து கடத்திட்டுப் போகல. கூட்டிட்டுப் போங்கன்னு நான்தான் அவரைக் கட்டாயப்படுத்தினேன். ஆனா, என்னை சும்மா விட்டுட்டு அவரை எதுக்காக அடிக்கணும்?''

''அவன் இப்ப எங்க இருக்கான்?''

''போலீஸ் ஸ்டேஷனுக்குப் பிடிச்சிட்டுப் போயிருக்காங்க. தயவு செஞ்சு அவரை ஒண்ணும் பண்ண வேண்டாம். என்னோட வாழ்நாள் பூரா இங்கேயே இருக்கேன்.''

கட்டிலை விட்டு மெதுவாக எழுந்த ஆயி வெற்றிலை போடத் தொடங்கினாள்.

''சரி மீரா, நான் போய் இன்ஸ்பெக்டர் ஐயாவைப் பார்க்கறேன். உள்ளே போய்க் குளிச்சிட்டு, ராதாகிட்டே சாப்பாடு தரச்சொல்லு.''

''உன்னைப் பார்த்தா சாப்பிட்டு ஒரு வாரத்துக்கு மேல ஆன மாதிரி இருக்குதே.''

நன்றி மிளிரும் கண்களுடன் ஆயியின் கைகளில் முத்தமிட்ட மீரா உள்ளே போனாள்.

'என்னோட மீரா திரும்பி வந்துட்டா,' ஆயி உள்ளூரச் சொல்லிக் கொண்டாள். பிறகு ருக்மணியை அழைத்துக்கொண்டு போலீஸ் ஸ்டேஷனுக்குப் போனாள்.

''ஆம்பளைங்களைக் காதல் பண்றது ஆபத்தான வேலை.'' தன்னுடன் நடந்து வந்த ருக்மணியிடம் ஆயி கூறினாள். ''சுயமாகக் கயிற்றுல கட்டி இறுக்கிக்கிற மாதிரியான விசயம் அது. யாரையும் காதலிக்கலைன்னா எப்பவும் சுதந்திரமா இருக்கலாம். அதை ஞாபகம் வெச்சுக்கணும்.''

இன்ஸ்பெக்டரின் தயவை வேண்டி ஆயி போலீஸ் ஸ்டேஷனை அடைவதற்குள்ளாக அந்த இளைஞனை அவர்கள் நையப்புடைத்திருந்தார்கள். ஸ்டேஷனிலிருந்து அவனை வெளியே கொண்டுவர ஆயிக்கு அதிக நேரம் தேவைப்படவில்லை. ஒரு குதிரை வண்டியில் ஆயியின் அருகில் தலை கவிழ்த்து அமர்ந்திருந்தான். ''என்னோட தப்பில்ல.'' அவன் முனகினான். ஆனால் அவனிடம் பேச ஆயி விரும்பவில்லை. வீட்டெதிரில் குதிரை வண்டி நின்றது. ஆயி இறங்கச் சொன்னாள். அவன் கீழே இறங்க ருக்மணி உதவினாள். ''எலும்பை எல்லாம் ஒடச்சுட்டாங்க'' அந்த இளைஞன் மறுபடியும் முணுமுணுத்தான்.

அப்போது அந்த வழியாக சைக்கிளில் வந்த தபால்காரன் கூப்பிட்டுச் சொன்னான். ''கெழவி இன்னைக்கு உனக்கொரு கடுதாசி வந்திருக்கு.''

''மகளே, ருக்மணி கடுதாசியைப் பிரிச்சுப்படி.'' என்றாள் ஆயி.

''என் மகனோட கடுதாசியா? அவன், அம்மாவோட பாவத்தை மன்னிச்சிட்டானா?''

வலியால் அரற்றும் அந்த இளைஞன் விந்தி விந்தி நடந்து வந்து வீட்டிற்குள் அமர்ந்தான். ஆயி எத்தனையோ காலம் அக்கடிதத்திற்காகக் காத்திருந்தாள். விவரம் என்னவென்று அறிந்து கொள்ள தபால்காரன் அங்கேயே நின்று கொண்டிருந்தான். ருக்மணி கடிதத்தை வாசிக்கத் துவங்கினாள்.

'என் பிரியமான அம்மாவுக்கு. பத்து வருடமாகக் கடிதம் எழுதாமல் சும்மா இருந்தேன். ஆனால் இன்று அதிகம் படித்த என் முதலாளி உண்மையான அன்பு என்னவென்று புரியவைத்தார். இத்தனை காலம் அம்மாவை வேதனைப்படுத்தியதற்காகவும், இத்தனை நாட்கள் அம்மாவை விசாரிக்காததற்காகவும் என்னைக் கடிந்து கொண்டார். ஒவ்வொரு தொழிலுக்கும் அதற்கே உரிய அந்தஸ்தும் மரியாதையும் இருப்பதாகவும் உங்களுடைய தொழிலைப் பற்றி வெட்கப்பட வேண்டியதில்லை என்றும் விளக்கினார். ஒரு பெரிய மோட்டார் காரேஜ் வைத்திருக்கும் அவர் பெரிய பணக்காரர். பத்து வருடத்திற்கு முன்பு செத்துப்போன தாய் திரும்பக் கிடைத்தால் தன்னிடம் உள்ள அனைத்தையும் உதறித் தள்ளத் தயாராக இருப்பதாகச் சொன்னார். உங்களால் பணத்தைச் சம்பாதிக்க முடியும். மனைவியையும் குழந்தைகளையும் அடைய முடியும். ஆனால் தாயை ஒருமுறை இழந்துவிட்டால் அது எக்காலத்திற்குமான இழப்பாக இருக்கும் என்றார். அவர் தந்த ஊக்கத்தால், இந்த சனிக்கிழமை மதியம் அம்மாவைப் பார்க்க வருகிறேன். அம்மாவின் அன்பு மகன் சதாசிவ மனே.'

ஆயி ஆனந்தக் கண்ணீரை வடித்தாள். ருக்மணியின் கண்களும் ததும்பி வழிந்தன. தபால்காரன்கூட நெகிழ்ந்து விட்டான்.

"சந்தோஷமான விஷயம்தானே இது?" தபால்காரன் சொன்னான். இடுப்பிலிருந்து ஒரு ரூபாயை எடுத்து ஆயி அவனுக்குக் கொடுத்தாள்.

"என்னோட மகன், எவ்வளவு புத்திசாலி ஆயிட்டான். என்னோட அருமை மகன் சதாசிவ்!" பலமாக மூக்கைச் சிந்தியபடி ஆயி கூறினாள். அப்போது மீரா வெளியே வந்தாள். தரையில் ஒரு சிலையாய் அமர்ந்திருக்கும் அந்த இளைஞனைப் பார்த்தாள்.

"என்னை மன்னிச்சிடுங்க!" அவனது கால்களில் விழுந்து மீரா கெஞ்சினாள். "இங்கேர்ந்து கூட்டிகிட்டு போக நான் தூண்டலைன்னா யாரும் உங்களை அடிச்சிருக்க மாட்டாங்க. ரொம்ப வலிக்குதா? கொஞ்சம் சூடான பாலை எடுத்து வரட்டுமா? உள்ளே வந்து கொஞ்சநேரம் ஓய்வெடுங்க."

"மீரா, அவனைச் சும்மா விடு. அவன் அமைதியா இருக்கட்டும். உன்னாலே தான் இதையெல்லாம் அனுபவிச்சான். இனியாவது சும்மா விடு."

"நான் இல்லாம உங்களுக்கு என்ன அமைதி? நீங்க என்னைக் காதலிக்கலையா?"

அந்த இளைஞன் தரையில் மல்லாந்து படுத்தபடி கண்களை மூடினான்.

"உங்களுக்கு இப்ப என் மேல பிரியம் இல்லையா?" மீரா கேட்டாள்.

''எனக்குத் தெரியாது'' என்றான். ''நீ உன்னோட அம்மாகிட்ட போ. வீட்டை விட்டு வந்ததாலே அவங்க கவலையா இருப்பாங்க'' ஆயி அவனைப் பார்த்துச் சொன்னாள்.

''இல்ல, அவங்க கவலைப்படமாட்டாங்க அம்மாவும் அப்பாவும் பூனாவிலே இருக்கிற உறவுக்காரங்க வீட்டுக்குப் போயிருக்காங்க. இன்னைக்கு ஏழு மணிக்குத்தான் அவங்க திரும்பி வர்றாங்க. அம்மா திரும்பி வர்றதுக்குள்ளே வீட்டுக்குப் போயிடுவேன்...''

''அப்படின்னா வெறும் ஒரு வாரத்துக்கான தேனிலவுக் கொண்டாட்டம்தானா இது?'' தொண்டையிலிருந்து உடைந்து வரும் விம்மல்களுக்கிடையே மீரா கேட்டாள். ''நாம கணவனும் மனைவியுமா வாழப் போறோம்னு நீங்க சொன்னது பொய்யா?''

அந்த இளைஞன் எதுவும் பேசவில்லை. ''உனக்கு எத்தனை வயசாச்சுடா கொழந்தை?'' வெற்றிலையை மென்றபடி ஆயி வினவினாள்.

'பத்தொன்பது.'' என்றான் அவன். ''நீ உன் அம்மா கிட்டே போ. மீராவை மறந்திடு.'' ஆயி உபதேசம் பண்ணினாள்.

''வேலை கெடைச்சு, வேசிங்ககிட்டே வர்றதுக்குப் பணம் சம்பாதிச்சப் பெறகு இங்கே வா.''

அந்த வார்த்தையைக் கேட்ட மீரா துணுக்குற்று நின்றாள். தரையிலிருந்து எழுந்து நின்று, கரம்கூப்பி வணக்கம் தெரிவித்த அந்த இளைஞன் நடந்தான்.

''நன்றி கெட்ட பன்னி!'' மீரா சபித்தாள். ''அவனுக்கு இருபத்தி நாலு வயசுன்னும், ஒரு மில் வேலை கெடச்சிருக்குதுன்னும் சொன்னான் திருடன், பக்கா திருடன்!''

மீரா தனது பழைய அறையிலிருந்து சரஸ்வதியின் சாமான்களை வெளியே வீசியெறிந்தாள். கொதிப்படைந்த சரஸ்வதி மீராவின் முகத்தைப் பிராண்டினாள். "சிறுக்கி, என்ன நெனச்சுக்கிட்டு இருக்கே. இந்த வீடு உனக்குச் சொந்தமா? ஒரு வாரத்துக்கு ஒரு ஸ்கூல் பையங்கூட ஓடிப்போயிட்டு எதுவும் நடக்காத மாதிரி திரும்பி வந்திருக்கறே. இந்த அறையை விட்டுத் தர மாட்டேன். இது என்னோட அறை."

அது சீனியாரிட்டியின் பிரச்சினை. இம்முறை ஆயிக்கு மீராவின் பக்கம் நிற்க முடியவில்லை. மீரா தவறு செய்தாள். அதில் சந்தேகமில்லை. இருப்பவர்களில் சரஸ்வதியே இத்தொழிலுக்கு உகந்தவள். யாரிடமும் தனிப்பட்ட நெருக்கத்தையும் உணர்ச்சியையும் காட்ட மாட்டாள். சரியாகக் கணக்கு சொல்லிப் பணத்தை வாங்கிவிடுவாள். நிச்சயமாக மிகவும் சிறந்த அறை அவளுக்குத்தான்.

இறுதியாகத் தோல்வியை ஒத்துக்கொண்ட மீரா சிறுமிகள் படுத்துறங்கும் பொதுஅறையின் மூலையில் தன்னுடைய சாமான்களை எடுத்து வைத்தாள். அவள் மீண்டும் தொழிலில் இடம்பிடிக்க வேண்டியுள்ளது. அன்று மாலை, இன்ஸ்பெக்டர் வந்தபோது தட்டு நிறைய லட்டை ஏந்தி வரவேற்றாள் ஆயி. அவன், அவளைப் பார்த்துச் சிரித்தான்.

"என்ன கொண்டாட்டத்துல இருக்கீங்க" என்று கேட்டான்.

அப்போது மறுபடியும் அக்கடிதம் வாசிக்கப்பட்டது. எல்லோருடைய கண்களிலிருந்தும் கண்ணீர் தாரை தாரையாய் வழிந்தது.

"லட்சுமிபாய், உங்களுக்கு அதிர்ஷ்டம் பொறந்திருக்குது." பிறகு கையை நீட்டி சைகை செய்து ருக்மணியை அழைத்தான். மறுகையிலிருந்து பெரிய பொட்டலத்தை காட்டிச் சொன்னான். "என்னோட மகளே, பிரிச்சுப்பாரு. உனக்கு என்ன கொண்டு வந்திருக்கேன்னு..."

அது ஒரு வெளிநாட்டுப் பொம்மை. ஒருவிதத்தில் அது சீதாவை நினைவூட்டியது. அதன் தோல் மிருதுவாகவும் வயிறு புடைத்தும் காணப்பட்டது. ருக்மணி அதன் வயிற்றை அழுத்தினாள். அப்போது அம்மா அம்மாவென்று அழுதது. பொம்மையின் முகத்திலும் உடலிலும் முத்தமிட்டாள். "அப்படின்னா உன் அப்பாவுக்கு முத்தம் கெடையாதா?" இன்ஸ்பெக்டர் கேட்டான்.

ருக்மணி ஒருகையால் கட்டியணைத்து மூக்கை அவன் சட்டையில் தேய்த்தாள். "உங்களுக்கு ரொம்ப இளகின மனசு." இன்ஸ்பெக்டரிடம் ஆயி சொன்னாள். தலையை ஆட்டியபடி தனக்குள் சிரித்துக் கொண்டான்.

"லட்சுமிபாய், நான் வயசானவன். நாக்பூரில் தாய்தகப்பனோட வசிக்கிற என் பேத்தியை இந்தக் கொழந்தை ஞாபகப்படுத்துறாள். இவளை மாதிரித்தான் அந்தக் கொழந்தையும் என்கிட்டே அன்பா இருக்கறா. ஒவ்வொரு தீபாவளி அன்னைக்கும் அவள் எனக்குக் கடிதம் எழுதுவாள்."

"அன்பை மாதிரி உசத்தியானது வேற எதுவும் இல்லே இன்ஸ்பெக்டர் ஐயா." என்றாள். புகையிலைத் துண்டையும் சுண்ணாம்பையும் உள்ளங்கையில் வைத்து நுணுக்கிக்

கொண்டிருந்தாள் ஆயி. எனக்கும் வயசாகிப்போச்சு. இந்த வீட்டை சரஸ்வதிகிட்டே ஒப்படைச்சிட்டு காசிக்குப் போய்ச் செத்துடலாம்னு யோசிச்சிட்டு இருக்கேன். கடைசிநாள் வரைக்கும், அல்லல் இல்லாம காலம் தள்ளூற வழியை நான் கண்டிருக்கேன். கூட அந்தக் கெழவி சிந்துத்தாயையும் கூட்டிட்டுப் போகலாம்னு இருக்கேன். அவளுக்கும் சொந்தபந்தமில்லையே. எதுக்கும் என் மகன் சனிக்கிழமை வரட்டும். அப்புறம் தீர்மானம் பண்ணலாம்.''

''லட்சுமிபாய் அப்போ உங்களைப் பார்க்க முடியாதே? நீங்க இல்லாத வீடு எப்படி இருக்கும்! ருக்மணி எங்கே போவாள்? இந்த வீட்டு புது ஆயியோட தயவு தாட்சண்யத்தில் அவள் இருக்க வேண்டி வருமே.....''

''சீக்கிரமா வந்துட்டேனா?'' சுற்றிமுற்றிப் பார்த்து அங்கு வந்து சேர்ந்தவன் கேட்டான்.

''இந்த வீட்டுக்கு நேரமே கெடையாது.'' உள் அறைக்கு அவனை அழைத்துச் செல்வதற்காக சரஸ்வதி கீழே வந்தாள். அவளை அவன் வேட்கையுடன் பார்த்தான்.

''என் மீராத்தாய் கூட கொஞ்சநேரம் செலவழிக்கக் கூடாதா?'' உங்களுக்கு அவளை ரொம்ப பிடிக்குமே?'' ஆயி இன்ஸ்பெக்டரிடம் கேட்டாள்.

''வேண்டாம் லட்சுமிபாய், ஒரு பொண்ணுகூட சந்தோஷமா இருக்க எனக்குத் தோணல. வெற்றிலையில் சுண்ணாம்பைத் தேய்த்துக் கொண்டே இன்ஸ்பெக்டர் சொன்னான். ''இன்னைக்கு எனக்குள்ளே ஏதோ ஒன்னு செத்துப்போச்சு.''

"அப்படின்னா வேறே ஏதோ ஒன்னு உங்க உள்ளே முளை விட்டிருக்கும்." மெல்லிய புன்னகையுடன் ஆயி சொன்னாள். அப்போது ருக்மணியின் கையிலிருந்த பொம்மைக் குழந்தை 'அம்மா, அம்மா' என்று சத்தம் எழுப்பிக் கொண்டிருந்தது.

1977

சந்தனமரங்கள்

1

விமான நிலையத்தை நோக்கி காரைச் செலுத்திக் கொண்டிருக்கும்போது எனக்கு நானே நினைவுப்படுத்திக் கொண்டேன். என் மிகையான தாராள குணத்தால் அவளை வழியனுப்ப செல்கிறேன். இறுதியாக, அவள் தனது சுயரூபத்தையும் நிறத்தையும் காட்டிவிட்டாள். என்னை மட்டுமின்றி இறந்து போனவர்களும் தற்போது வாழ்ந்து வரும் என் குடும்பத்தினர் அனைவரும் கடுமையாய் வெறுக்கும் ஓர் எதிரியின் உருவம். ஆனால் காரைத் திருப்பி வீட்டுக்குப் போகவும், அங்கு சிறகற்ற கழுகைப்போல கூனி உட்கார்ந்திருக்கும் என் வயோதிகக் கணவனை வார்த்தைகளாலும் விரல்களாலும் சமாதானப்படுத்தவும், என் வறட்டு கௌரவம் இடம் தரவில்லை. எவர்சில்வர் பாத்திரங்களும் பிளாஸ்டிக் பக்கெட்டுகளும் வண்ண லுங்கிகளும் காட்சிப்படுத்தப்பட்ட கடைகளைத் தாண்டி மூன்று சாலைகள் இணையும் சந்திப்பை அடைந்ததும் காரைச்

சடக்கென்று நிறுத்தினேன். பின்புறம் வந்த ஒரு ஆட்டோ ரிக்ஷா காரை உரசி கிரீச்சிட்டு நின்றது. அதன் டிரைவர் கைகளால் சைகை செய்வதையும் உதட்டைப் பிதுக்குவதையும் கண்ணாடியில் பார்த்தேன். மீண்டும் பயணத்தைத் தொடர்ந்தேன். நீராவி படிந்த கண்ணாடியைப்போல கண்ணீர் திரையிட்ட என் கண்களில் பாதசாரிகளின் முகங்கள் மங்கலாகத் தெரிந்தன. அவர்களது உடைகளின் நிறங்கள் கண்களை வேதனைப்படுத்தின.

காளியாய் மாறிப்போன கல்யாணிக் குட்டியை நினைத்துப் பார்த்தேன். ஆனால், என் மனதில் பழைய கல்யாணிக் குட்டிதான் பிரகாசித்தாள். என்னை ஆலிங்கனம் செய்து கழுத்திலும் தோளிலும் சூடான கண்ணீரை உகுத்த உயிர்த்தோழி. அன்று அவள் சந்தன நிறம் கொண்ட கிராமத்துச் சிறுமி. என் வீட்டு மதிலுக்குள் மாமரத்தின் உயர்ந்த கிளையில் கட்டப்பட்ட ஊஞ்சலில் அந்த ஒல்லிச் சிறுமி வீசியாடுவாள். சேகரன் வாத்தியாரின் ஏகமகள். என் பழைய பாவாடையையும் ஜாக்கெட்டுகளையும் உடுத்தி, சதா என் பின்னே திரிந்தவள். என் வகுப்புத் தோழியாக இருந்த போதிலும் எங்கள் சமையற்கட்டிலோ, படுக்கையறையிலோ நுழைய அவளுக்கு அனுமதி இல்லை. ஒருநாள் எனது வற்புறுத்தலுக்கு இணங்கி எனது கட்டில் மீது அமர்ந்துவிட்டாள். அறைக்கு வந்த பாட்டி திட்டி அவளை வெளியேற்றினாள்.

''இந்தப் பொண்ணுக்கு எப்படித் தைரியம் வந்தது. அம்முவோட படுக்கையிலே ஏறி உட்கார்றதுக்கு?'' பாட்டி கேட்டாள். அதன் பிறகு நான்கு வாரங்கள் அவள் என்னைக் காண வரவில்லை. அவளைப் பார்க்காமல் வாழ்க்கையே அலுத்து விட்டதாகத் தோன்றியது. கடைசியில் அவளுக்காகச் சண்டை

பிடித்தேன். அவள் என் சாதியைச் சேர்ந்தவள் தானே. படிப்பில் என்னை விட புத்திசாலி. அவளது ஏழ்மை- அது ஒன்றும் தொற்றுவியாதி இல்லையே.

பாட்டி என் வார்த்தைகளை உன்னிப்பாகக் கேட்டாள். போன ஜென்ம பாவங்களுக்குத் தண்டனையாகத்தான் சிலருக்கு இந்த ஜென்மத்தில் ஏழ்மையில் உழல நேர்கிறது. முன்ஜென்ம புண்ணியத்தின் விளைவாக நானும் என் பெற்றோரும் தாய்மாமன்மார்களும் சுகத்தையும், மகிழ்ச்சியையும் அனுபவிப்பதாகச் சொன்னாள். என் குடும்பத்தினர் கல்யாணிக்குட்டி தொடர்ந்து படிக்க பணஉதவி செய்தனர். அவர்களின் தயவில் படித்து டாக்டர் ஆனாள். ஆனால், என் தந்தை இறந்தபோது அவள் எங்களுடன் சேர்ந்து அழவில்லை. என் தந்தையின் உடல் தெற்கு அறையின் தரையில் குளிர்ந்து விரைத்து துர்நாற்றம் வீசியபோது உணர்ச்சியற்றுக் காணப்பட்டாள். அவளைக் கட்டியணைத்துத் தேம்பியழுது எனக்கு நேர்ந்த கதியைக் கூறி புலம்பியபோது கைகளால் முதுகை வருடவில்லை... பிறகொரு நாள் அவள் இயல்பாக நின்றிருந்த நிலைமையைப் பற்றி விசாரித்தேன்.

"என் அப்பாதான் உனக்கு பீஸ் கட்டினார். உனக்குத் துணிவாங்கவும், ஹாஸ்டலில் தங்கவும் உதவி செஞ்சார். ஆனால் அப்பா இறந்தபோது நீ அழக்கூட இல்லை. அதைப் பார்த்தவங்க நீ நன்றி கெட்டவள்னு பேசிக்கிட்டாங்க."

"யார் எது வேணும்னாலும் சொல்லட்டும். எனக்கென்ன நஷ்டம்? அடிக்கடி என்கிட்டேர்ந்து நன்றிக் கடனை எதிர்பார்த்துப் பண உதவி செஞ்ச உன் அப்பாவை வெறுத்தேன்.

உடுக்காத புதிய துணிகளைத் தர்றதுக்கு உன் அம்மாவும் தயாராக இல்லை. நிழல் போல உனக்கு சேவகம் செய்யற தோழியா உன் பின்னாடி சுத்தணும்னு அவங்க எதிர்பார்த்தாங்க?'' என்றாள் கல்யாணிக்குட்டி

''நிறுத்து.நீ இப்படிப் பேசுவேன்னு கனவுலே கூட நெனைக்கல. வாஸ்தவத்தில் நீ யார்? என்னோட எதிரியா?'' என்றேன்.

சட்டென அவள் முகத்தசைகள் தளர்ந்தன. என்னை அடிபணிய வைக்கக்கூடிய அந்தப் புன்னகையை மீண்டும் உதட்டில் படர விட்டாள்.

''என் வார்த்தைகளுக்குப் பொய்யான ஒரு முரட்டுத்தனம் இருக்கும் ஆனா...''

கட்டித்தழுவி, முகத்தை அவளது தோளில் சாய்த்தேன். கல்யாணிக் குட்டியின் நட்பிலிருந்து விலகி வாழ என்னால் முடியாதென உணர்ந்தேன். எனது ரகசியங்களை அவளுடன் பகிர்ந்து கொண்டேன். அவளோ தனது எண்ணங்களை ஒளித்து வைத்தாள். அவள் சிரிக்கும் போது அது மகிழ்ச்சியிலிருந்து வெளிப்படவில்லையெனச் சந்தேகித்தேன். அதைப் போலவே அவளது கண்ணீரில் துயரம் வேரோடியிருக்கவில்லை என்பதையும். நான் மற்ற இளம் பெண்களுடன் நட்பு கொள்வதில் அவளுக்கு விருப்பமில்லை. அடுத்த தோழியிடம் நான் நெருங்கிப்பழகத் தொடங்கினால் அவளைக் குறித்துத் தவறாகப் பேச முற்படுவாள். அந்த நட்பை முறிப்பதற்கு அவளிடம் பல தந்திரங்கள் இருந்தன. ஒரு தடவை சொன்னாள்.

''ஷீலா, நீ மட்டும் பையனா இருந்திருந்தா என்னைக் காதலிச்சிருக்கலாம். என்னோட அப்பா உனக்குப் பாடம் சொல்லித் தந்திருக்கார். அதனாலே நான் குருபுதல்வி. குருபுதல்வியைக் காதலிச்ச ராஜகுமாரன்களைப் பத்தி நீ கேட்டதில்லையா? நீ ஏன் ஒரு ஆணாகப் பிறக்கலை?''

நாங்களிருவரும் குளத்தில் நீந்தி விளையாடிக் கொண்டிருந்தோம். அவளது பார்வைக்கு முன்னால் திடுமென வெட்கிப்போனேன். என் இடுப்பிலும் மார்புகளிலும் அவளது கூரிய பார்வை பட்டபோது நடுங்கினேன்.

''எதுக்காக இப்படி வெறிச்சுப் பார்க்கறே? எனக்கு உன்னோட பார்வை கொஞ்சமும் பிடிக்கறதில்லை.'' வாயிலிருந்த தண்ணீரை உமிழ்ந்தபடி சொன்னேன். அவள் தண்ணீரிலிருந்து எழுந்து வந்து துவைக்கும் கல்லின் மீது அமர்ந்தாள். இமை மூடாத கண்களால் என்னைத் துருவிப் பார்த்தாள். என் ஒவ்வொரு அசைவையும் அக்கண்கள் பின் தொடர்ந்தன. கழுத்துவரை தண்ணீரில் அமிழ்ந்தபடி சொன்னேன்.

''கல்யாணிக்குட்டி நீ எதுக்காக என்னை இப்படிப் பார்க்கறே? உன்னோட பார்வை எனக்குக் கொஞ்சமும் பிடிக்கலை.'' கன்னம் குழிவிழ சிரித்தாள்.

''உன்னோட அழகு இவ்வளவு கூடி இருக்கறதை இப்பதான் பார்க்கறேன். கோவிந்தன் குட்டியும் மத்தவங்களும் உன் பின்னால் பாட்டுப்பாடித் திரியறதுல தப்பே இல்ல.'' என்றாள் கல்யாணிக்குட்டி. ''அர்த்தமில்லாம பேசாதே. என் பின்னால் யாரும் பாட்டுப் பாடி அலையறது இல்ல. என் பின்னால் பாட்டுப் பாடித்திரிய இந்த ஊரில் யாருக்குத் தைரியம் இருக்கு'' என்றேன்.

"நீ பணக்காரி என்கிற காரணத்தாலா?" கல்யாணிக்குட்டி கேட்டாள். நான் எதுவும் பேசவில்லை. பிறகு தண்ணீரில் நீந்தும் உற்சாகம் குன்றிப் போனது. அவசரமாகக் கரையேறிய என்னை மூர்க்கத்தனமாகக் கட்டித்தழுவி முகத்திலும் கழுத்திலும், முலைகளுக்கு நடுவிலும் முத்தமிட ஆரம்பித்தாள். அவளுக்கு மூச்சிரைத்தது. "நிறுத்து கல்யாணிக்குட்டி. என்ன முட்டாள்தனம் இது, இந்த நிமிஷமே இதை நீ நிறுத்தணும். இல்லைன்னா இனிமேல் உன்கிட்டே பேசமாட்டேன்" மெல்லிய குரலில் சொன்னேன்.

குளப்புரையின் எதிர்புற மணற்பாதையில் யாரோ நடந்து வரும் காலடியோசை கேட்டது. அம்மாவா? கல்யாணிக்குட்டி என்னை முத்தமிடுவதை அம்மா பார்த்தால் பிறகு ஒருபோதும் அவளை வீட்டில் சேர்க்க மாட்டாள் என்பது எனக்குத் தெரியும்.

"வெளியே யாரோ நிற்கிறாங்க." முணுமுணுத்தேன். அப்போதுதான் கல்யாணிக் குட்டியின் கண்களைக் கவனித்தேன். மேலேறிய கண்மணிகளுக்கு நடுவில் இளம் நீலநிறத்தில் அவை மின்னின. அவளது மேலுதட்டில் வியர்வைத் துளிகள் அரும்பி இருந்தன. அவளது கைகால்கள் சுயக்கட்டுப்பாட்டை இழந்துவிட்டதைக் கண்டேன். முழுவலிமையையும் பிரயோகித்து குளத்தங்கரையின் சாணம் மெழுகிய தரையில் என்னை மெல்லக் கிடத்தினாள். எனது உடலை வாரியணைத்து எனது தேகமெங்கும் நோகும் முத்தங்களால் நிறைத்தாள். வெட்கமும் அவமானமும் சூழ கண்களை மூடிக்கொண்டேன். எத்தனை நேரம் அவளது தாக்குதலுக்குக் கட்டுண்டு அடங்கிக் கிடந்தேன் என்று எனக்கே நினைவில்லை.

யுகாந்திரங்களாக அவளது துடிக்கும் கைகால்களுக்கு அடிமையானேன். பிறகு அவளது காதலியானேன். அவளது வாயின் ஈரமும் உடம்பின் மென்மையும் திடமும் எனது துணைகளாயின. முடிவில் எங்களைப் பிரிக்க வேறுவழியின்றிப் போகவே படித்த பணக்கார உறவினர் ஒருத்தனுக்கு என்னைத் திருமணம் செய்து வைத்தாள் என் அம்மா. திருமணத்துக்கு முந்தையநாள் கல்யாணிக்குட்டி என்னைக் கட்டியணைத்துச் சொன்னாள். ''ஷீலா, நாம ரெண்டு பேரும் இந்த ஊரை விட்டு எங்கேயாவது ஓடிப்போயிடலாம். நான் ஏதாவது வேலை செஞ்சு உன்னைக் காப்பாத்துவேன்.''

''நீ என்ன வேலை செய்யப்போறே? உன் படிப்புகூட இன்னும் முடியலையே. பட்டினி கிடந்து தெருவுலே விழுந்து செத்துப் போயிடுவோம்'' என்றேன்.

''இந்த உறவுக்காரனை நீ காதலிப்பாயா? என்னைக் காதலிச்ச உனக்கு அந்த ஆளைத் திருப்திப் பண்ண முடியுமா?'' கல்யாணிக்குட்டி கேட்டாள்.

என் கணவருக்கு என்னைவிட இருபத்தியோரு வயது அதிகம். காதின்மீது நரையோடிய சுருட்டை முடியும் சற்றுத் தடித்த உடல்வாகும் கொண்ட அவரை அவலட்சணமானவனாகக் கருதினாள் கல்யாணிக் குட்டி.

''உன்னை மாதிரியான ஓர் அழகியை அந்த அவலட்சண ஆசாமிக்குக் கட்டிக் குடுத்தது பெரும்பாவம். உன் அம்மாவைக் கடவுள் தண்டிப்பார்.''

"என் புருஷன் அவலட்சணமானவர் இல்ல" என்றேன். கல்யாணிக்குட்டி சிவந்து கனத்த கன்னங்களுடன் என் அறையை விட்டு வெளியேறினாள்.

தேனிலவு காலத்தில் என் கணவர் என்னிடம் கேட்டார். "உன்னோட சினேகிதி கல்யாணிக்குட்டிக்கு... என் மேல ஏன் அத்தனை கோபம்? என்கிட்டே ஒரு வார்த்தைகூட இதுவரை பேசலை. நேத்து நான் பேட்மின்டன் விளையாடக் கூப்பிட்டபோது ஓடிப் போயிட்டா. அவள் என் மேல பொறாமைப்படற மாதிரித் தோணுது. என்ன நான் சொல்லுறது சரிதானே?" நான் அவளுடன் ஒப்பிட்டுக் கொண்டிருந்தேன். பீரும் வெங்காயமும் சிகரெட்டும் நாறும் அவரது வாயுடன் அருகம்புல்லின் நறுமணம் கமழும் அவளது வாயை ஒப்புமைப்படுத்திப் பார்த்தபோது அவர் தோற்றுப் போனார். என்னை அனுபவிக்க வேண்டுமென்ற நோக்கத்துடன் அவள் தழுவியதையும் விரல்களால் கசக்கியதையும் இதழ்களால் இன்பமூட்டியதையும் எத்தனை முறை மறக்க முயன்றும் என்னால் இயலவில்லை.

நான் கல்யாணத்திற்குப் பிறகுதான் மருத்துவப் படிப்பில் சேர்ந்தேன். கல்யாணிக்குட்டியும் வேறொரு நகரத்திலுள்ள மருத்துவக் கல்லூரியில் சேர்ந்தாள். அவளது குடும்பத்திற்கு வேண்டிய உதவிகளை என் அம்மா தொடர்ந்து செய்து வந்தாள். ஒருமுறை அதைப் பற்றி விசாரித்த போது அம்மா கூறினாள்.

"அவங்களை உன் அப்பாதான் காப்பாற்றி வந்தார். என்னோட கடைசிக்காலம் வரை நானும் அதைச் செய்வேன். நீ டாக்டராகணும்னு முடிவு பண்ணியிருக்கே. கல்யாணிக்

குட்டிக்கும் டாக்டராகணும்னு ஆசை இருக்கும். அவளும் படிச்சு ஒரு டாக்டராகட்டும்.''

பின்னர் அவ்விஷயத்தைப் பற்றி அம்மாவிடம் பேசவில்லை. அம்மாவின் தீர்மானங்களை மாற்ற யார் முயன்றாலும் அம்மா வெறுப்படைவாள். அப்பா செய்து வந்த சேவையைத் தொடர்ந்து செய்ய அம்மா விரும்பினாள். ஆடிமாதங்களில் அனாதைகளுக்குக் கூழ் ஊற்றுவது, ஏழ்மையில் வாடும் சிறுவர்சிறுமியர்களுக்குப் பாடப்புத்தகங்கள் வாங்கித் தருவது, மார்கழி மாதத்தில் முதியவர்களுக்கு கம்பளி வழங்குவது ஆகிய சேவைகளை அம்மாவும் செய்துவந்தாள். ஒருமுறை கல்யாணிக்குட்டி கேட்டாள். ''ஷீலா எனக்குத்தோணுது- உன்அப்பா எனக்கும் அப்பாவா இருப்பாரோன்னு. எனக்கும் அவரோட முகச்சாயல் தானே? அந்த நிறம், அந்தக் கன்னக் குழிகள்?''

''சீ... அபத்தமாப் பேசாதே, என்னோட அப்பா என்னைக்குமே அடுத்தவன் மனைவியைத் தொட்டவர் இல்லே. அவர் நேர்மையும்,கடவுள் பக்தியும் உள்ளவர்'' என்றேன்.

''அவரை அவமானம் செய்யலை ஷீலா. எனக்காக இவ்வளவு பணம் செலவழிச்சதுக்குக் காரணம் என்னன்னு பார்த்தேன். அடிக்கடி என் மனசுல ஏற்படற சந்தேகத்தை உன்கிட்டே சொன்னேன் அவ்வளவுதான்.''

பிறகு நாங்கள் வருடத்தில் ஓரிருமுறை மட்டுமே சந்தித்தோம். அவள் சுதாகரனைத் திருமணம் செய்து கொண்டு, எங்கள் நகரத்தில் வசிக்க ஆரம்பித்தப் பிறகு என் நட்பு வளையத்திற்குள்

மீண்டும் பிரவேசித்தாள். சுதாகரனும் ஒரு டாக்டர். அழகான இளைஞன் தனக்குக் கணவனாக வாய்த்ததில் கல்யாணிக்குட்டி பெருமிதம் கொள்ளவில்லை. ஒருமுறை திருமண வாழ்க்கையைப் பற்றிய அவளது கருத்தைக் கேட்டபோது சொன்னாள்..

''ராத்திரிகளைச் சகிக்க முடியறதில்ல. அந்த ஆள் என்னோட ஆரோக்கியத்தைக் கெடுக்குறான்.''

''உனக்குச் சுதாகரன் கிட்டே கொஞ்சமும் அன்பு இல்லைன்னு எனக்குத் தோணுது. நெஜத்துல அவரைக் கல்யாணம் செஞ்சிட்டது உனக்கொரு பொருளாதாரப் பாதுகாப்பை ஏற்படுத்திக்கறதுக்கு மட்டும்தானே?''

கல்யாணிக் குட்டி தனது இடது கையால் என் முகத்தை உயர்த்தி குரூர பாவத்துடன் உற்றுப்பார்த்தாள்.

''உன்னை நேசிக்கிறேன் என்கிறதாலே அதிகப்பிரசங்கித் தனத்தைக் காட்டுறே. இந்த மாதிரிக் கேள்வி கேட்கறதுக்கு உனக்கு எப்படித் தைரியம் வந்தது?'' என்றாள்.

''மன்னிச்சிடு. நான் மனம் திறந்து பேசறது உன்கிட்டே மட்டும்தான்'' என்றேன்.

அவளது கைவிரல்கள் என் கன்னங்களைக் கசக்கிய போது வலித்தது.

''ஒரு ஆம்பளையோட ஒடம்பப் பார்த்ததுமே சொக்கிப்போற ஆளில்லை நான்'' என்றாள்.

''உடம்பைப் பத்தி எதுவுமே சொல்லலை. அன்பைப் பத்தித்தான் கேட்டேன். நீ சுதாகரனைக் காதலிக்கறியா?''

என்றேன். ''நீ உன்னோட புருஷனைக் காதலிக்கறியா?'' அவள் கேட்டாள்.

''உறுதியா, அவரைக் காதலிக்கிறேன், உனக்குப் பத்து லட்சம் ரூபாவும், அழகான ஒரு ஆம்பளையும் தந்தா அதுக்குப் பதிலாக அந்த ஆளை விட்டுட தயார்தானா?'' என்று கேட்டாள் கல்யாணிக்குட்டி.

''உண்மையில நீயொரு கெடுமதிக்காரி'' என்றேன்.

''உன் மனசைத் தோண்டி, உன்னோட ரகசிய எண்ணங்கள் தேடிக் கண்டுபிடிக்கறதால உன் கண்ணுக்கு நானொரு கெடுமதிக்காரியா தெரியறேன் இல்லியா? நீ யார்னு எனக்குத் தெரியும்?'' சிரித்துக் கொண்டே சொன்னாள்.

அதற்குப் பிறகு அவளை எனது டிஸ்பென்சரியில் சந்தித்தேன். அவள் வேர்த்து, இளைத்துக் காணப்பட்டாள். என்னிடம் சிகிச்சைப் பெறவந்த நோயாளிகளையும் மறந்து அவளை இழுத்துக் கொண்டு அறைக்குப் போனேன்.

''நீ வர்ற விஷயத்தை எனக்குத் தெரிவிச்சிருக்கலாமே? எல்லாதையும் விட்டுட்டு ஸ்டேஷனுக்கு வந்திருப்பேன்.''

அவள் கர்ப்பம் தரித்திருப்பதாகவும், அந்தக் கர்ப்பத்தைக் கலைத்துத் தருமாறும் என்னிடம் கேட்டாள். அவள் வசித்து வந்த பட்டத்தில் கருக்கலைப்புச் செய்தால் அந்த ரகசியம் சுதாகரன் குடும்பத்திற்கு எப்படியேனும் தெரிந்துவிடும். அவர்கள் தன்னைத் தண்டித்து விடுவார்கள் என்றாள். ஒரு குழந்தையைப் பெற்றெடுப்பதில் அவளுக்கு எந்தச் சிரமமும் இல்லை என்றேன்.

‘‘பிரச்சினைன்னா ஒரு சிசேரியன் செஞ்சு அந்தக் குழந்தையைப் பத்திரமா வெளியே எடுத்துத் தர்றேன்.’’

‘‘எனக்கு சுதாகரனோட குழந்தையைப் பெற்றெடுக்க விருப்பம் இல்ல.’’

‘‘அப்புறம் எதுக்காக இந்தத் தாம்பத்திய வாழ்க்கையை நடத்துறே? சுதாகரனோட குழந்தையை வாழவிடாதது அவருக்குப் பண்ணுற துரோகம்னு உனக்குத் தெரியுமா?’’ என்று கேட்டேன்.

அவளைக் கட்டிலில் படுக்கவைத்துப் பரிசோதித்துக் கொண்டிருந்தேன். இடதுபக்கமாகச் சரிந்திருந்த அம்முகம் சிவப்பதைக் கண்டேன்.

‘‘என்னோட கர்ப்பப்பை அசுத்தம்ங்கற நெனப்பு என்னை வாட்டுது. சுதாகரனை நான் ஒரு நாளும் மதிச்சது கெடையாது. அவரை மாதிரி ஒரு சாதாரண மனுஷனோட குழந்தையைப் பத்துமாசம் வயிற்றுல சுமக்கமாட்டேன். அந்தக் குழந்தையை ஒருநாளும் பிரசவிக்கப் போறதும் இல்ல’’ என்றாள்.

‘‘அப்புறம் யாரோட குழந்தையைப் பிரசவிக்க ஆசைப்படறே?’’ வெறுப்புடன் கேட்டேன்.

சட்டென எழுந்து உட்கார்ந்து என் உதடுகளில் முத்தமிட்டாள். அவளது மேனியின் அந்த விசேஷ மணம் என்னைச் சரணடைய செய்தது. புது மழையை நினைவூட்டும் சுகந்தம்.

‘‘உன்னோட குழந்தையை மட்டுமே பிரசவிக்கணும்னு ஆசையா இருக்குது.’’ கரகரத்தக் குரலில் சொன்னாள்.

‘‘அது சாத்தியமில்லையே’’ என்று முனகினேன்.

சுதாகரனின் சம்மதமின்றி அவரது குழந்தையைக் கொல்ல நான் தயாரில்லை. கருக்கலைப்புச் செய்து சட்டத்தை மீற என் மனம் இடமளிக்கவில்லை என்றேன்.

''சரி நான் வேற எடத்துக்குக் போறேன். வேண்டிய பணம் குடுத்தா இதைச் செஞ்சு தர்றதுக்கு இந்தப் பட்டணத்துலே நெறையபேர் இருப்பாங்க.'' என்றாள். நான் சிலையாகச் சமைந்து நாற்காலியில் அமர்ந்த போது விடைபெறாமலேயே கிளம்பிப்போனாள். பிறகு அவளைப் பற்றி நினைவுகூராமல் இருக்க முயன்றேன். எனக்குக் குற்றவுணர்வை மட்டும் பரிசளிக்கக் கூடிய அந்த நபரை மறக்க முடிவெடுத்தேன். அவள் என்னைச் சந்தித்த விஷயத்தைக் கணவரிடம் கூறவில்லை.

இரண்டு நாட்கள் கழித்து நள்ளிரவில் என் டெலிபோன் ஒலித்தது. அது ஒரு பழக்கமற்ற பெண்குரல். எனது தோழி ரத்தப்போக்குக் காரணமாக மயங்கிக் கிடப்பதாக அப்பெண் கூறினாள். முகவரியை விசாரித்துக் கொண்டு காரில் விரைந்தேன். என் கணவர் தூக்கக் கலக்கத்துடன் எழுந்து வந்தார்.

''ஒரு சிக்கலான கேஸ். நான் திரும்பறதுக்குத் தாமதமானா பதறாதீங்க.'' காரில் ஏறும் போது சொன்னேன். நகர எல்லையில் ஒதுக்குப்புறமான தெருவில் அமைந்திருந்த ஒரு வீட்டில் படுத்திருந்தாள் கல்யாணிக்குட்டி. மயக்க நிலையை நோக்கிச் சென்று கொண்டிருந்த அவள் எனது ஓசையைக் கேட்டதும் கண்களைத் திறக்க முயன்றாள். அவள் படுத்திருந்த இடத்தில் ரத்தத்தில் நனைந்த போர்வைகள் காணப்பட்டன. வீட்டுக்காரப் பெண்மணி நீட்டிய டார்ச் லைட்டின் வெளிச்சத்தில் அவளைப்

பரிசோதித்தேன். அரைகுறையாக நின்றுபோன ஒரு கருக்கலைப்பு.

"இதை நீங்க பண்ணினீங்களா?" நான் கேட்டான். அந்த வீட்டுப்பெண் தலையாட்டினாள்.

"டாக்டர் நீங்க வேணும்னா அவங்களை ஆஸ்பத்திரிக்கு எடுத்துட்டுப்போங்க. ஏதோ சிக்கல்னு தெரியுது. என்ன பண்ணியும் ரத்தப்போக்கு நிக்கலை."

"நீ எதுக்காக இதைப் பண்ணினே?" என்று கல்யாணிக்குட்டியிடம் கேட்டேன். என் கண்ணீர் வழிந்து கொண்டிருந்ததால் அவள் முகத்தைத் தெளிவாகப் பார்க்க இயலவில்லை. அவள் கண்களைத் திறந்து பார்த்தாளா? எனக்குத் தெரியவில்லை. அந்த வீட்டில் துவைத்த துணிகளோ, ஐஸ்கட்டிகளோ இல்லை. அந்தப் பெண்ணின் உதவியுடன் கைத்தாங்கலாகக் கூட்டிவந்து காரில் கிடத்தினேன். அவளது ரத்தம் காரில் வழிந்தது. கல்யாணிக்குட்டியை வீட்டில் தங்கவைத்துப் பணிவிடை செய்வதைக் கவனித்த என் கணவருக்குக் கோபம் மூண்டது. அவள் அசம்பாவிதமாக இறந்து போயிருப்பின் உன்னைச் சிறையில் அடைத்திருப்பார்கள் என்றார்.

"உனக்கு ஆபத்து தர்ற நட்பு இது." அவர் முணுமுணுத்தார்.

இரவும், பகலும் ஓய்வின்றி அவளுக்குச் சிசுருஷை செய்தேன். சுதாகரனுக்கு டெலிபோன் செய்து வரவழைத்தேன். கருக்கலைப்பு அவளாக வலிய ஏற்படுத்திக் கொண்ட வினை என்று அவரிடம் சொல்லவில்லை. சுதாகரன் பலமுறை எனக்கு நன்றி தெரிவித்தார்.

"நீங்க இல்லாமப் போயிருந்தா அவள் உயிருக்கு ஆபத்து நடந்திருக்கும்." தனது உறங்கும் மனைவியைப் பார்த்து சொன்னார்.

"சின்ன வயசுலேர்ந்து தொடங்கின நட்பு" என்றேன்.

"எனக்குத் தெரியும். உங்களைப் பத்தி ஒரு தடவையாவது பேசாத நாளே கிடையாது. உங்க மேலே அவளுக்கு அத்தனை பிரியம்" என்றார் சுதாகரன். தவிப்புடன் முகத்தைத் திருப்பிக் கொண்டேன். சுதாகரன் அவளைத் தன்னுடன் அழைத்துச் சென்றபிறகு விலகிவிட்டேன். அவள் எழுதிய கடிதங்களுக்குப் பதில் போடவில்லை. அவள் சுதாகரனிடம் சண்டை போடுவதாகவும் விவாகரத்திற்கு முயல்வதாகவும், அவளது ஆஸ்பத்திரியில் வேலை பார்த்து வந்த ஒரு டாக்டர் சொன்னார்.

"நீங்க அவளுக்கு உபதேசம் செய்யணும். நீங்க சொன்னா ரகளை பண்ணுறதை நிறுத்திடுவாள்" என்றார்.

"நான் எதுக்காக இந்த மாதிரியான விஷயத்திலே தலையிடணும்? அவளுக்கு அவர்கூட வாழப்பிடிக்கலைன்னா விவாகரத்து வாங்கிட்டு வேற எங்கேயாவது வேலை பார்க்கட்டும்" என்றேன்.

"சுதாகரனுக்கு அவள் இல்லாம வாழ்றது ரொம்ப கஷ்டம். அவமேல ரொம்ப பிரியம் வெச்சிருக்கார்." என்றார்.

"தகுதி இல்லாதவங்களுக்கு அன்பை வாரிக் குடுக்கறதுனாலே என்ன லாபம்?" என்றேன். அவளது மணவாழ்வில் பிளவு ஏற்பட்டதை அறிந்தபோது ஏனோ எனக்கு எவ்வித மனவருத்தமும் ஏற்படவில்லை? அவளது தாம்பத்தியம்

முறிந்துவிட்டது. எனது தாம்பத்தியம் நீடிக்கிறது. பெருமையுடன் நினைத்துப் பார்த்தேன். எளிதில் உணர்ச்சிவசப்படக் கூடியவர்களான சுதாகரனும் கல்யாணிக்குட்டியும் சண்டையிட்டு தங்கள் வாழ்க்கையைத் தாறுமாறாக்கிக் கொண்டபோது நானும் கணவரும் கௌரவமாக இணைந்து வாழ்கிறோம். மருத்துவப் படிப்பில் முதல் ரேங்க் வாங்கிய கல்யாணிக்குட்டிக்கு வாழ்க்கையை ஜெயித்துக் காட்ட முடியவில்லை.

விவாகரத்துப் பெற்று ஆஸ்திரேலியாவிற்குப் போகும் முன்பு விடைபெற வந்தாள். எனக்கும் ஆஸ்திரேலியாவில் ஒருவேலை வாங்கித் தருவதாகச் சொன்னாள்.

''வேண்டாம் கல்யாணிக்குட்டி, இங்கேயே இருக்கேன்.'' என்றேன்.

''வந்திடு ஷீலா, நான் காப்பாத்தறேன். சாகற வரைக்கும் உன்னோட உயிராக இருப்பேன்.'' அவள் முணுமுணுத்தாள்.

''என் புருஷனை விட்டுட்டு எங்கேயும் போக மாட்டேன்.'' என்றேன்.

''உன் கிழட்டுப் புருஷன், அந்த ஆளுக்கு உன் மேல அன்பில்லைன்னு எனக்குத் தெரியும். பணக்காரக் குடும்பத்தைச் சேர்ந்த உன்னைக் கல்யாணம் பண்ணிட்ட நெறைய விவசாய நிலங்களும் தென்னந்தோப்புகளும் சீதனமாகக் கெடைக்கும்னு நம்பித்தான் அந்த ஆள் உன்னைத் தேடிவந்தான்.''

''போடீ இவளே! மடத்தனமாப் பேசாதே.'' என்றேன். கல்யாணிக்குட்டி வாய்விட்டுச் சிரித்தாள்.

''முன்பு என்னை அடிக்கடி பெண்ணேன்னு கூப்பிடுவே. ஞாபகம் இருக்குதா?'' அவள் கேட்டாள்.

''அப்படிக் கூப்பிடறதை மாத்தறதுக்காக ஆணாக நடிச்சேன். உன்னோட பெண்ணும், ஆணும் நான் தான்.''

ஒரு வருடத்திற்குப் பிறகு இந்தியாவுக்கு வருவதாக உறுதியளித்து விமானம் ஏறினாள். ஆனால் திரும்பவில்லை.பிற பெண்கள் தாய்மை அடைய இயன்றவரை உதவிய எனக்குக் கர்ப்பம் தரிக்கும் பாக்கியம் உண்டாகவில்லை. அதற்காக என் கணவர் வருத்தப்படவில்லை. அணு ஆயுதக் குவிப்பை நினைத்துப் பார்க்கும்போது குழந்தைகளைப் பிறக்கச் செய்கிறவர்கள் மகாபாவிகள் என்று பல தடவை சொன்னார். முடிவில் நானும் அதைச் சரியென்று ஒப்புக்கொண்டேன். குழந்தைகளிடம் பாசம்காட்டி நெருங்கிச் சீராட்டிய நான், அவர்களைப் புறக்கணிக்க ஆரம்பித்தேன். கிளப்பில் தங்கள் வளர்ந்த பிள்ளைகளால் ஏற்படும் பிரச்சனைகளை மற்றப் பெண்கள் விவாதிக்கும் போதும், பரிவும் ஆறுதலும் தேடிக் கண்ணீர் வடிக்கும் போதும் எனக்குள் சொல்லிக் கொள்வேன். ஷீலா, நீ அதிர்ஷ்டசாலி உனது முதுமைக்காலம் அமைதியாகக் கழியும்.

2

அன்று நூற்றுக்கு மேற்பட்ட நோயாளிகளுக்குச் சிகிச்சையளிக்க வேண்டியதாயிற்று. என்னுடன் வேலைபார்க்கும் டாக்டர் வர்க்கீஸ் மூன்று நாட்கள் விடுப்பு எடுத்து சங்கனாச்சேரியில் இருக்கும் தனது வயதான அம்மாவைக்

கவனிக்கப் போய் விட்டார். ஓய்வின்றி உழைக்கும் வேளைகளில் வழக்கமாக ஏற்படும் தலைவலி மதியத்திற்கு முன்பே என்னை அவதிப்படுத்தியது. ஆகவே, மதிய உணவுக்காக வீட்டிற்குப் போவதில்லை என்று தீர்மானித்தேன். டிரைவரை அனுப்பி ஒரு மூன்று நட்சத்திர ஹோட்டலிலிருந்து காப்பியும், மசால் தோசையையும் வாங்கி வரச் செய்தேன். வரமாட்டேன் என்று போனில் சொன்னபோது வருமாறு அவர் கட்டாயப் படுத்தவில்லை. முன்பெல்லாம் வரமாட்டேன் என்று சொல்லும் போது அவர் சொல்வார்:

"தலைவலிக்குதுன்னா இங்கே வந்து கொஞ்சம் ஓய்வெடு. அப்புறம் டீ குடிச்சிட்டு ஆஸ்பத்திரிக்குப் போகலாம்."

"எனக்குத் தலைவலிக்குது, இன்னைக்குச் சாப்பிட வீட்டுக்கு வரமாட்டேன். இங்கேயே ஏதாச்சும் சாப்பிட்டுக்கறேன்."

அவர் வழக்கத்திற்கு மாறாகப் பேசினார். "சரி. சாயங்காலம் ரொம்ப நேரம் தாமதம் பண்ணாதே. இன்னைக்கு அந்த ரோட்டரி விருந்து இருக்குது இல்லையா? ஏழு மணிக்கு!"

"சரி, சாயங்காலம் சீக்கிரமா திரும்ப முயற்சி பண்ணுறேன்." கம்மிய குரலில் சொன்னேன்.

டிரைவர் கொண்டு வந்த மசாலா தோசைக்கு ரேஷன் அரிசியின் வாசனை. அதைப் பிரித்து வெங்காயத்தையும் மிளகு சேர்ந்த மசாலாவையும் மட்டும் சாப்பிட்டேன். காப்பியின் ருசி தெரியவில்லை. தலைவலிக்காக ஒரு நோவால்ஜின் மாத்திரையை விழுங்கி, தண்ணீர் அருந்திவிட்டு மறுபடியும் கிளினிக்கை அடைந்தேன். அப்போது அந்தப் பெண்ணைக்

கவனித்தேன். ஆரோக்கியமாக விளங்கிய நாகரிக உடைதரித்த நடுத்தரவயதுப் பெண்மணி. இளமையின் மினுக்கங்களை முகத்திலும் கேசத்திலும் செயற்கையாகப் பேணும் அழகி. அவள் தயக்கத்துடன் என்னருகில் வந்தாள். அவளது உதட்டில் பாதிவிரிந்த புன்னகையொன்று மரப்பாலத்தில் பாதி தூரம் கடந்தவனைப் போல நடுங்கி நின்று கொண்டிருந்தது.

''என்னைத் தெரியுமா?'' அவள் கேட்டாள். ''யார் நீங்க? உங்க உடம்புக்கு என்ன?'' என்றேன்.

''நாம சந்திச்சு இருபத்தியாறு வருஷம் முடியப்போகுது. அதனால தான் என்னை அடையாளம் தெரியல. நான் கல்யாணிக்குட்டி. சுதாகரனோட மனைவி.''

''கல்யாணிக்குட்டி! நீ முழுசா மாறிப்போயிட்டே. முதல்ல உன்னோட நிறம். நீ ரொம்பவும் வெளுத்துப் போயிருக்கே. குண்டா இருந்த நீ இப்ப இளைச்சுப் போயிருக்கே. முழங்கால் வரை நீண்டிருந்த கூந்தலை வெட்டி இருக்கே. பற்கள்கூட மாறியிருக்குது.''

''அன்றைக்கு என் பற்கள் அழகாக இருக்கலை. என்முன் வரிசைப் பற்கள் வெளியே நீண்டு இருந்தது. அதைக் கம்பி கட்டி இறுக்கினேன். உனக்கே என்னை அடையாளம் தெரியலை. அப்படின்னா சுதாகரனுக்கு என்னைப் பார்த்தா கண்டுபிடிக்க முடியாது தானே?''

அவள் தனது ஹேண்ட் பேக்கிலிருந்து ஒரு கறுப்புக் கண்ணாடியை வெளியே எடுத்து முகத்தில் அணிந்து கொண்டாள்.

"இப்ப என்னைப் பார்த்தா பழைய சொந்தக்காரங்களுக்கு கூட அடையாளம் தெரியாது. இல்லையா? ஷீலா, நான் பழைய கல்யாணிக்குட்டி இல்ல. உள்ளேயும் வெளியேயும் முழுக்க மாறிப் போயிட்டேன். உண்மையைச் சொல்லு. உனக்குப் பிடிச்சது இப்போதைய கல்யாணிக்குட்டியா? இல்லே பழைய கல்யாணிக்குட்டியா?" அவளது கேள்விக்குப் பதில் சொல்லாமல் வெறுமனே சிரித்தேன். என்னை நெருங்கி காதிலும் கழுத்திலும் முத்தமிட்டாள்.

"உன் சருமத்தோட மணம் அன்னைக்கும் இன்னைக்கும் ஒரே மாதிரிதான் இருக்குது. நீ முந்தைய 'ஈவினிங் இன் பாரீஸ்' தான் உபயோகிக்கிறியா?"

"அது இப்போ உலகத்துல எங்கேயும் கெடைக்கறதில்ல. ஒரு குறிப்பிட்ட வாசனைத் தைலம் மீது எனக்கு ஈடுபாடு தோணுறது கெடையாது. என்னோட நோயாளிகள் வெளிநாட்டுக்குப் போய்த் திரும்பும் போது ஆப்பியம், ஜாய், சார்லி மாதிரியான வாசனைத் தைலங்களை அன்பளிப்பாகத் தருவாங்க. என் டிரெஸிங் டேபிள் மேலே பத்தோ பதினைந்தோ திறக்காத சென்ட் பாட்டில்கள் இருக்குது. உனக்கு வேணுமா?"

கல்யாணிக் குட்டி மீண்டும் என்னை முத்தமிட்டாள். பிறகு வரிசை பிசகாத பளிச்சிடும் வெண்பல் வரிசையைக் காட்டி உரக்கச் சிரித்தாள்.

"ஷீலா, எந்த மாற்றமும் இல்லே. உன்கிட்டே இப்பவும் தாராள குணம் இருக்குது. உனக்குக் குடுக்கத் தெரியும். சின்ன வயசுலேர்ந்து நீ தாராள குணத்தை வளர்த்துட்டு வர்றே.

சகிப்புத்தன்மையும் உன்கிட்டே இருக்குது. தான, தர்மங்கள் செய்யற ஒரு புராதனக் குடும்பத்துலே பிறந்தவள் நீ. அதனால தான் மென்மையான மனசோட உன்னால வாழ முடியுது. அதைப்பார்த்துப் பொறாமைப்பட்டு என்ன பிரயோஜனம். நான் விவசாயிகளுக்கு நடுவுலே பிறந்தேன். என் துணிமணிகள் ரெண்டு ஜாக் கெட்டுகளும் ரெண்டு பாவாடைகளும் மட்டும் தான். என் ஏழை அப்பா நீ படிச்ச ஸ்கூல்லேயும் காலேஜ்லேயும் என்னைப் படிக்கவைக்கலை. என்னைப் படிக்க வெச்சது என் எஜமானன். அந்த எஜமானனுக்கு எங்க குடும்பத்தோட ஏதோ ரகசிய உறவு இருந்திருக்குமோன்னு பல தடவை என்கிட்டேயே கேட்டிருக் கேன். அந்த எஜமானனோட மூக்கு மாதிரிதான் என் மூக்கும் இருக்குதுன்னு ஒரு காலத்துல நெனச்சிட்டிருந்தேன்.''

கல்யாணிக்குட்டி திரும்பத் திரும்பச் சிரித்தாள். சிரிக்கும் போது தோள்வரை நீண்டு கிடக்கும் கூந்தல் விடைபெறும் கைவிரல்களை நினைவு படுத்தியது.''

''உனக்கு என்னோட வயசுன்னு யாரும் சொல்லமாட்டாங்க. உன் தலையில ஒரு வெள்ளி முடிகூடக் காணோம்.''

''நீ சொன்னது சரிதான் ஷீலா. எனக்கு ஐம்பத்தி அஞ்சு வயசாச்சுன்னு என்னோட உறவுக்காரங்களுக்குத் தெரியாது. தினமும் ராத்திரி அவங்ககூடத்தான் டென்னிஸ் விளையாடுவேன். சாயங்காலம் வாக்கிங் போவேன். ஆரோக்கியத்தைப் பத்தி எனக்குக் கவலை இல்லை?''

ஆஸ்திரேலியா வேலையை ராஜினாமா செய்து டெல்லிக்கு வந்து இரண்டு வருடங்கள் ஆகிவிட்டதென்றும் தானொரு

ஆஸ்திரேலியாக்காரனின் விதவையென்றும் என்னிடம் தெரிவித்தாள்.

''செல்வமும், மகிழ்ச்சியும் நிறைந்த விதவை.'' அவள் பெரியதாகச் சிரித்தபடி சொன்னாள்.

''சந்தோஷமா இருந்திருந்தா எதைத் தேடிச் சொந்த ஊருக்குத் திரும்பி வந்தே?'' என்றேன்.

அவள் தனது கறுப்புக் கண்ணாடியை மெதுவாகக் கழற்றியெடுத்து மேசை மீது வைத்தாள். பிறகு கண்ணிமைகளை விரல்களால் துடைத்தாள். அவள் முகத்திலிருந்து புன்னகை முற்றிலும் மறைந்து போயிருந்தது.

''நீ கேட்கிறவரை என்னோட இந்த வருகைக்கான காரணத்தை என்கிட்டே கூட கேட்டதில்ல. ஏழைப் பெண்ணா இருந்த நான் இப்போ பணமும் பவிசுமாக ஆனதை, சாகாம இப்பவும் உயிரோட இருக்கிற ஊர்க்காரங்களுக்குக் காட்டறதுக்காக வரல. உனக்குப் பொறாமை ஏற்படுத்துவதற்கும் நான் வரல. ஒருவேலை சுதாகரனை மறுபடியும் சந்திப்பேன்ங்கற நம்பிக்கையில, அவர் கூட சில நாட்களைச் செலவழிக்கலாம்னு வந்தேன். சொல்லு ஷீலா. அவர் இங்கே தான் இருக்கிறாரா? அவருக்கு மறுபடியும் கல்யாணம் ஆயிடுச்சா? அவருக்கு என்னை ஞாபகம் இருக்குதா?''

''சுதாகரன் இந்த ஊர்ல தான் இருக்கார். அவரோட மனைவிக்கு நான்தான் சிகிச்சை தர்றேன். போனமாசம் நீரிழிவுக்கட்டி சிகிச்சைக்காக இந்த ஆஸ்பத்திரியில ஒரு வாரம் தங்கியிருந்தாங்க. அவங்களுக்கு ஒரு புத்திசாலிப் பெண்கூட

இருக்கிறாள். இந்த வருசம் ரேங்க் வாங்கி போபால்ல இருந்து திரும்பி வந்தாள். அவள் ஒரு ஆர்க்கிடெக்ட்.''

மறுபடியும் நோயாளிகள் என்னைச் சந்திக்க வந்ததும் விடைபெற்றுச் சென்றாள். அடுத்தநாள் ஞாயிற்றுக் கிழமை என்பதால் வீட்டுக்கு வருவதாக உறுதி கூறிச் சென்றாள். சுதாகரனைச் சந்திக்க வேண்டும் என்ற தனது ஆவலைப் பலமுறை தெரிவித்தாள்.

''வேண்டாம் கல்யாணிக் குட்டி. அந்த அப்பாவி மனுசன் இருந்துட்டுப் போறார். அவரோட மனைவி ஒரு நோயாளி. அவங்களால இனி கஷ்டத்தைத் தாங்க முடியாது. நீ போய் சுதாகரனுக்கு ஆசை காட்டினா அந்தத் தாம்பத்தியம் முறிஞ்சுப் போயிடும்.'' என்றேன்.

''அந்தத் தாம்பத்தியம் தகர்ந்து போனா எனக்கென்ன நஷ்டம்?'' என்றாள் கல்யாணிக் குட்டி.

அவளது பலத்த சிரிப்பு எனக்குள் வெறுப்பை மட்டுமே ஏற்படுத்தியது.

வயதேறி நரைத்து வருடக் கணக்கில் நீண்டு நிற்கும் தாம்பத்தியம் உண்மையில் நாகரிகமானவர்களால் சகிக்க இயலாத ஒன்று. ஒரே கட்டிலில் அருகருகே உறங்கிக்கிடந்து பரஸ்பரம் வியர்வை நாற்றத்தைப் பரிமாறிக் கொள்வது..... சூரியோதயத்தில் கழிப்பறையில் தண்ணீர் ஊற்ற மறந்த துணையின் மலத்தைக் காண நேர்வது..... ஆசீர்வதிப்பதற்காகப் படைக்கப்பட்டவையா என்று தோன்றும் அழகிய விரல்களால்

சுய மைதுனம் செய்வதைப் பார்த்து அதனுடைய தாளத்தைக் கவனித்தபடி உறங்குவதைப் போல நடிப்பது... எனக்குத் தேவையில்லை; சான்றோர்களால் புகழப்படும் இல்லற வாழ்க்கை எனக்குத் தேவையே இல்லை. அடுத்தவரின் வாயிலிருந்து வழியும் கெட்டியான திரவம் என்னுடைய வாய்க்கு அவசியமில்லை. வேலை செய்து களைத்துப்போன என் உடல் காமத்தின் வக்கிரச் சுமையைத் தாங்க எனக்குள் சொல்லிக் கொண்டேன்.

''டாக்டர் ஷீலா, நீ தூங்கலையா?'' அவர் கிழட்டுக் குரலில் என்னிடம் கேட்டார். நான் எதுவும் பேசவில்லை. என்னை டாக்டர் என்று அழைக்கும் வழக்கத்தைப் பதினேழு வருடங்களுக்கு முன்பு தொடங்கி வைத்தார். தனது அரசாங்க வேலையிலிருந்து ஓய்வு பெற்று வந்த வேளையில் வீட்டு நிர்வாகத்திற்காகப் பணம் தரும் போது ஷீலா என்றோ அம்மு என்றோ அழைப்பார். நானொரு டாக்டர் என்பதற்காக அவர் பெருமிதம் கொள்ளவுமில்லை. அப்போதெல்லாம் எனது ஆஸ்பத்திரியில் நடக்கும் சம்பவங்களைப் பற்றி ஒருநாளும் கேட்டது கிடையாது. அதனால் தானோ என்னவோ சில நாட்களாக அவரது கேள்விகள் என்னை அமைதியிழக்கச் செய்கின்றன. முன்பு என் அன்றாட விஷயங்களில் அவர் ஆர்வம் காட்டியிருந்தால் நானொரு கருங்கல் சிலையைப் போல உணர்ச்சியற்றவளாக மாறியிருக்க மாட்டேன். மௌனத்தைப் பழகியிருக்கவும் மாட்டேன். நான் மௌனத்தை வளர்த்தேன். எனக்கும் கணவருக்குமிடையே சுகம் தரும் சந்தன மரமாக அது வளர்ந்து நின்றது.

''நீ தூங்கலையா? இன்னைக்கு ஆப்பரேஷன் நாளாச்சே. இன்னைக்கு என்ன ஆப்பரேசன் செஞ்சே?'' அவர் விசாரித்தார். தூக்கக் கலக்கமற்ற அக்குரல் ஒரு சாட்டையாக என் மீது விழுவதை உணர்ந்தேன்.

''இன்னிக்கு விசேஷமா எதுவுமில்ல. ஒரு சாதாரண அப்பென்டிக்ஸ். வயிறுவலியும், வாந்தியும் இருக்கறதா முறையிட்டாங்க. அப்பென்டிசைட்டிஸ்னு நெனச்சேன். கிழிச்சுப் பார்த்த போது அப்படி எதுவுமில்ல. ஆனாலும் வெட்டி எடுத்துட்டேன்,''

''டாக்டர்களைப் பார்த்துப் பயந்தே ஆகணும். அவங்க செய்யற தவறுகளோட விலையை நோயாளி தான் தர வேண்டியிருக்குது.''

''தவறு பண்ணாதவங்க இந்த உலகத்துலே யார் இருக்காங்க?'' என்றேன்.

முகத்தைத் திருப்பி, கண்களை மூடிக்கொண்டேன். தூக்கம் வரவில்லை. எனினும் அவரிடம் பேச்சுக் கொடுக்க விருப்பம் எழவில்லை. அவர் நோய் பாதித்த, என்னிடம் இருந்து வெட்டி அகற்ற வேண்டிய ஓர் உறுப்பு. விவாகரத்து செய்ய ஒரு போதும் அவர் தயாராக இல்லை என்பதை அறிவேன். அவரைக் குறித்து நீதிமன்றத்தில் புகாரளிக்க எனக்கு சங்கடமாக இருந்தது. அவர் துன்புறுத்தியது கிடையாது. பிற பெண்கள் தொடர்பும் அவருக்கில்லை. என்னைத் தழுவுவதை ஒரு குற்றமாக நீதிமன்றத்தில் தெரிவிப்பது சாத்தியமில்லையே. அன்பால் ஆதிக்கம் செலுத்துவதும் அன்பை வெளிப்படுத்துவதும் சட்டரீதியாக குற்றம் ஆகாது.

ஒரேயொரு முறை என்னிடம் ஆத்திரப் பட்டாலோ, அடித்து விட்டாலோ விடைபெறுவேன். அவரை ஆத்திரமூட்ட பல யுக்திகளை மேற்கொண்டேன். என்னுடன் பணியாற்றும் ஒரு டாக்டரை வீட்டிற்கு அழைத்து வந்தேன். கண்ணெதிரில் அவரைக் கடைக் கண்ணால் பார்த்தேன். எங்கள் உடல்கள் தீண்டும் விதமாக நெருங்கி உட்கார்ந்தேன். கணவர் சொன்னார்:

''இனி நீங்க ரெண்டு பேரும் டி.வியிலே படம் பாருங்க. நான் படுக்கப் போறேன். கண்விழிக்கறது என்னை மாதிரியான வயசாளிகளுக்குச் சிரமம்.'' அவரை அவமதிக்க பல தந்திரங்களைச் செய்தேன். நான் வீட்டுச் செலவுகளை நிர்வகிப்பதை நினைவூட்டும் பொருட்டு அடிக்கடி சொன்னேன்.

''செலவழிக்கறதைக் குறைக்கணும். எல்லாத்துக்கும் தேவையான பணத்தை நான் தான் சம்பாதிக்கணும். அதை மறந்திடாதீங்க.'' ஆகவே, அவர் கிளப்பின் உறுப்பினர் சந்தாவைப் புதுப்பிக்கவில்லை. ஒருநாள் மாலைப் பொழுதில், தோட்டத்தில் பிரம்பு நாற்காலியில் கம்பளிச் சால்வையைப் போத்திக் கொண்டு அமர்ந்திருப்பதைக் கண்டேன்.

''என்ன, இன்னைக்கு கிளப்புக்குப் போகலையா?''

''இல்ல, நான் கிளப் மெம்பர் ஷிப்பை ரினிவல் பண்ணல''

''எதுக்காக இத்தனை கஞ்சத்தனம் காட்டுறீங்க. நீங்க போறது கிளப்புக்கு மட்டும் தான். அதுகூட வேண்டாம்னுட்டா உங்களுக்கு வாழ்க்கையே அலுத்துப் போயிடாதா?''

''எதுக்காகப் போகணும். என்னோட டென்னிஸ் ஆட்டம் அத்தனை பிரமாதம் இல்லே. என்னைக்காவது இதைவிட

சிறப்பா விளையாடலாம்னு நம்பிக்கிட்டு தொடர்ந்து போறதுல எந்த அர்த்தமும் கிடையாது. என்னோட ஆசைகளை ஒதுக்கி வைக்க வேண்டிய காலம் வந்திடுச்சி."

"அப்படின்னா உங்களுக்கு எப்படிப் பொழுது போகும்? போரடிக்காதா? புஸ்தகம் படிக்கிற ஆர்வம் இருக்குதா? லைப்ரரிக்குப் போய் தினம் ஒரு புஸ்தகம் எடுத்துட்டு வந்து தர்றேன். கிருஷ்ண மூர்த்தியோட புஸ்தகங்கள் வேணுமா?"

"எதுக்காக கிருஷ்ணமூர்த்தியோட புஸ்தகங்களைப் படிக்கணும். அந்த மாதிரியான புஸ்தகங்கள் எனக்குச் சந்தோஷம் தராது. பொழுது போக்க சாதாரண கதைப் புஸ்தகங்கள் போதும். துப்பறியும் கதைகள்."

தனது சர்வ பாவனைகளையும் கைவிடுவதற்கான முடிவுக்கு அவர் வந்துவிட்டதாகத் தோன்றியது. தெளிவற்ற ஒரு துயரம் என் உடலைத் தொய்வடைய வைத்தது. ஆன்மீகமான ஒரு சரணாகதிக்கு அவர் தயாராகிவிட்டார். முதலில் சற்றுத் தடுமாறிப் போனேன். இதுவரை என்னெதிரில் தெளிவாகத் தெரிந்த பாதைகள் மங்கத் தொடங்கின. அவை மெல்ல மறைய ஆரம்பித்தன.

இளமை குன்றிய ஆண்கள் வெட்கம் கெட்டவர்களாகி விடுகின்றனர் என்று அவர்களது மனைவிமார்கள் புலம்புவதுண்டு. அந்த வயதில் நாணம் மிகுதியாகும். தங்கள் மேனியில் அழகின்மைகள் அதிகரித்து வருவதனால் அதைக்காட்ட அவர்கள் தயங்குவார்கள். ஆனால் தையல் விட்டு தொய்ந்துபோன பிறப்புறுப்புகளைக் கிழவர்கள் தற்செயலாக நிகழ்வது போல வெளிக்காட்டுவது வழக்கம். அத்தகைய

அருவருப்புக் காட்சிகள் பெண்களிடம் ஏற்படுத்தும் வெறுப்பை அவர்கள் உணர்வதில்லை. அவர் தனது கோவணத்தை அவிழ்த்து அழுகிய பாகற்காய் உருவிலுள்ள ஆண் உறுப்பை ஒரு பெண்டுலம் அசைந்தாடுவதைப் போல ஆட்டிக் கொண்டு அறையில் உலாவும் போது குமட்டல் ஏற்படும்.

ஒரு தடவை கேட்டார்.

"டாக்டர் ஷீலா, எதுக்காக வாந்தியெடுக்கறே? மாதவிலக்கு நின்னுபோன பெண்களுக்குக் கருத்தரிக்கிற வாய்ப்பு இருக்குதா?" தனது வேடிக்கைப் பேச்சில் தனியாகச் சிரிப்பதை அறிந்தும் கூட பெரிதாகச் சிரித்துக் கொண்டிருந்தார். ஆபாசத்தைக் கடந்து கூடுதலாக ஒன்று அந்தச் சிரிப்பில் தெரிந்தது. மறுபடியும் என் விதியை நொந்து கொண்டேன். ஓர் அழகிய ஆடவனின் அரவணைப்பில் இரவைக் கழிக்கும் பெண்கள் மீது பொறாமை மூண்டது. பொறாமை ஒரு உடல் உபாதையைப் போல என்னை வாட்டியது. வாயில் உமிழ் நீர் வற்றியது.

"டாக்டர் ஷீலா, உன்னோட நோயாளிகள்ல உன்னைக் காதலிக்கிற ஆம்பளைங்க இருப்பாங்க. அவங்க உணர்ச்சிகளை வெளிப்படுத்தினா பதிலுக்கு என்ன பண்ணுவே?"

"என்கிட்டே உணர்ச்சியைக் காட்ட யாருக்குத் தைரியம் இருக்குது? நான் யார்கிட்டேயும் நெருக்கமாகப் பழகறதில்லை. நோயாளிகளைப் பார்க்கறதும் அவங்களுக்குச் சிகிச்சை தர்றதும் ஒரு கடமையுணர்ச்சியாகத் தான் என் கண்ணுக்குத் தெரியும். பரிசோதிக்கிற போது அவங்களோட நோயை மட்டும்தான் பார்ப்பேன். அவங்க சொந்த வாழ்க்கை பத்தி எதுக்காக அக்கறைப்படணும்."

''உன்னை மாதிரியான பெண் வாழ்க்கையிலே ஒரு தடவையாவது உணர்ச்சி வசப்பட்டிருப்பா. உனக்குத் தகுந்த ஆம்பளைய இதுவரை நீ பார்க்கல. அவன் வாழ்ந்து கிட்டிருக்கான். அவனை நீ எப்போ சந்திக்கப் போறன்னு மட்டும் சொல்ல முடியாது!''

''என்கிட்டே இப்படிப் பேச உங்களுக்கு வெட்கமா இல்ல? மனைவி வேற ஆம்பளைகூடத் தொடர்பு கொள்ளப் போறாள்னு ஜோசியம் சொல்ல உங்களுக்கு வெட்கமா இல்ல? இந்த மாதிரிப் பேச்சு எனக்குப் பிடிக்காது. இந்த வகையான உறவைப் பத்தி பேசறதுக்குக் கூட நான் விரும்பலை.''

அவர் மறுபடியும் சிரித்தார். சிரிக்கும்போது அந்த வாயின் அசிங்கமான பற்கள் தெரிந்தன. பழுப்பேறியதும் உடைந்ததுமான பற்கள். என்னை அவமானப்படுத்துவதற்காகத்தான் தனது பற்களைத் தூய்மையாக்கிப் பாதுகாப்பதில்லை என்று தோன்றிற்று. அவரை வெறுக்கிறேன். அந்த வெறுப்பு வேண்டுமென்று அவரே சிருஷ்டிப்பது.

அவருக்குத் துரோகமிழைக்கவும், அவ்வாறு என் பத்தினித்தனத்தை உதறவும் முனையாமல் இல்லை. ஆனால் என்னை நெருங்கும் ஒவ்வொரு ஆண்மகனிடமும் அவரை மட்டுமே கண்டேன். கண்டதும் பின் வாங்கினேன். நடுங்கியபடி பத்தினித்தனத்திற்குள்ளேயே திரும்பவும் நழுவி விழுந்தேன். மீண்டும் மீண்டும் எச்சிலைத் திண்பதைப் போல, எனது இல்லற ஒழுங்கைக் கடைப்பிடித்து வந்தேன். எனக்கு மூச்சுமுட்டும். அவருடன் உணவு அருந்தும் போதும் கட்டிலில் தூங்கும் போதும் மூச்சு முட்டும். நாங்கள் உரையாடும் வேளையில்

மருத்துவமனையின் பிணவறை அடுக்குகளிலிருந்து நழுவி விழும் பிணங்களைப் போல வார்த்தைகள் விழுவதாகத் தோன்றிற்று. அதைவிட எவ்வளவோ மேலானது மௌனமாக இருப்பது. பரஸ்பரம் விழிப்புடன் வைப்பதற்கு மௌனத்தால் இயலும். ஆனால் ஆறுதல் கிடைக்கவில்லை. என்னைத்தேடி அலைந்தேன். முடிவில் வளைந்த தோள்களுடன் அடுத்தவர்களை நோக்கித் திரும்பி நடந்தேன்.

''நமக்குக் குழந்தைங்க இருந்திருந்தால், ஒருவேளை நீ இப்போதும் சிரிச்சிட்டு இருப்பே. உன்னோட சிரிப்பைப் பார்த்து எத்தனை நாளாச்சு டாக்டர் ஷீலா. அது ஒரு போதும் உண்மையில்லேன்னு தோணுது. உன்சிரிப்பு முன்பு எப்பவோ பார்த்த ஒரு காட்சி மட்டும் தானா?'' அவர் கேட்டார்.

ஆச்சர்யத்துடன் அவரது முகத்தைப் பார்த்தேன். எவ்வளவு இனிமையாகப் பேசுகிறார். அவர் ஒரு கோமாளி இல்லை என்றாகி விடுமா? கடைசியில் ஒரு தத்துவ ஞானியாகவோ, கவிஞனாகவோ உருவாகிவிடுவாரோ?

அந்தக் கண்களில் பனிமூட்டத்தைத் தரிசித்தேன். மூட்டத்திற்கு அப்பால் ஓர் அந்நியன் எனக்காகக் காத்திருப்பானா? காமத்தைச் செயற்படுத்த விருப்பம் இல்லாத காதலன்? என் விருப்பு வெறுப்புகளுக்கு இசைந்து மனமில்லா மனத்துடன் காமத்திற்கு அடிபணியும் ஒருவன். முன்பு குழந்தைகள் இல்லை என்பதைப் பற்றி வேதனைப் படுவேன். ஒரு குழந்தையிடம் பாசம் காட்ட முடியுமா என்று சந்தேகப்படுவேன். பாசம்காட்ட ஒரு விசேஷப் பயிற்சி அவசியம். ஒரு சிறந்த டாக்டராக வேண்டுமென்று

முயற்சிக்கிறேன். வேறு எந்தப் பாத்திரத்தையும் ஏற்க விருப்பமில்லை.

அவரது உதடுகள் அதிகம் வெளிறி இருப்பதாகத் தோன்றியது. பேசும் போது குரல் லேசாக இடறியது.

"நல்ல மனைவியாக இருக்க நீ என்னைக்குமே ஆசைப்பட்டதில்ல டாக்டர் ஷீலா?" என்றார்.

எதுவும் பேசாமல் படுத்திருந்தேன். எனது மார்பு சுவாசத்திற்கேற்ப உயர்வதும் தாழ்வதுமாக இருந்தது. குனிந்து தனது முகத்தை என் முகத்துடன் சேர்த்தார். நீரிழிவு நோயாளிகளின் சுவாசத்திற்கும் வியர்வைக்கும் பழுத்த வாசனை இருக்கும். தித்தித்த போதிலும் திகட்ட வைக்கும் வாசனை. வெறுப்புடன் முகத்தைத் திருப்பிக் கொண்டேன்.

"என் கேள்விக்கு ஏன் பதில் பேசலை டாக்டர் ஷீலா." அவர் கேட்டார்.

"உங்களுக்கு என்னைவிட இருபத்தியோரு வயது அதிகம். ஒருபோதும் உங்களைக் கணவனா நெனச்சுப் பார்த்ததில்லை." என்றேன்.

"நீ சொன்னது உண்மையில்ல. நீ கூட ஆவேசத்தை வெளிப்படுத்தின நாட்கள் ஞாபகம் இருக்குது." "அவரது குரலில் கலந்திருந்த சிருங்காரம் என்னை வெறுப்படையச் செய்தது. கட்டிலிலிருந்து விரைந்து எழ முயன்ற என்னைக் கட்டிலிலேயே படுக்கவைக்க பிரயத்தனம் நடத்தினார். கைகளை உதறியபோது அவரது மூக்குக்கண்ணாடி தரையில்

விழுந்து உடைந்தது. அவர் அதைத் தேடும் போது எவ்வித பரிவும் காட்டாமல் அந்த நிதானமான சலனத்தைப் பார்த்துக் கொண்டிருந்தேன். வேட்டியின் அடியில் தெரிந்த கோவணம் எனக்கு வெறுப்பூட்டியது. வேட்டி சற்று நழுவிய போது பலாமரத்தின் வேர்களைப் போல புடைத்த வாரிக்கோஸ் நரம்புகள் பின்னிச் சுருண்டிருந்தன. கிழவன், படுக் கிழவன்! என்மனம் முனகியது. ஆனால் உதடுகள் அசையவில்லை.

"இன்னைக்கு ஒரு ருசிகரமான சம்பவம் நடந்துச்சு. லட்சியத் தம்பதிகளைத் தேர்ந்தெடுக்க ஒரு போட்டியை நடத்த இருக்கறதாகவும் அந்தப் போட்டியில் நம்மளைக் கலந்துக்கச் சொல்லியும் ரோட்டரி கிளப்புலேர்ந்து போன் மூலம் தெரிவிச்சாங்க."

"முதல் பரிசு உலகச் சுற்றுப் பயணத்துக்கான ரெண்டு விமான டிக்கெட்டுகள். லட்சியத் தம்பதிகளாக, உலகம் முழுக்கச் சுற்றுப் பயணம் செய்யலாம். உனக்குச் சம்மதம் தானே டாக்டர் லீலா." அவர் கேட்டார்.

"என் நோயாளிகளை விட்டுட்டு எந்தச் சுற்றுப் பயணத்துக்கும் வரமாட்டேன்." என்றேன்.

"அந்தப் போட்டியில ஜெயிச்சா தானே சுற்றுப்பயணம். நாம அந்தப் போட்டியில ஜெயிக்க முடியுமா?"

"ஏன் ஜெயிக்க முடியாது? ரொம்ப நாளா நீண்டு நிற்கிற தாம்பத்தியம் தானே நம்ம தாம்பத்தியம்? நான் உங்களை ஏமாத்தல நீங்க என்னையும் ஏமாத்தலை. ஒரு ராத்திரிகூட நாம

தனியே தூங்கினது கெடையாது. நாம நிச்சயம் அந்தப் போட்டியில் ஜெயிப்போம்.''

என் முகத்தைத் திரை விழுந்த கண்களால் ஆராய்ந்தார்.

''நீ மனப்பூர்வமாகத் தான் பேசறியா. சிலசமயம் எனக்குச் சந்தேகம் தோணுது. என்னைக் கேலி செய்யறியோன்னு.''

''கேலியா? எதுக்காக? நிச்சயம் நம்மோட தாம்பத்தியத்தைப் பத்தி எல்லோரும் புகழ்ந்து பேசுவாங்க. நாம மற்றத் தம்பதிகளைப் போல இல்லையே. என் தோழி கல்யாணிக்குட்டி கல்யாணமாகி ரெண்டு வருஷம் முடியறதுக்குள்ளே விவாகரத்து பண்ணிட்டாள். அவளோட தாம்பத்தியம் தோற்றுப் போனதா எல்லோரும் சொன்னாங்க. இன்னைக்கு என்னைப் பார்க்க வந்தாள். தன்னோட கணவனைப் பத்தி விசாரிக்க இந்த நகரத்துக்கு வந்தாள். முப்பது வருஷத்துக்கு முந்தி அவ விட்டுட்டுப் போன கணவனைப் பத்தின தகவல்களைச் சேகரிக்கறதுக்காக என்னைச் சந்தித்தாள்.'' என்றேன்.

''அப்புறம்?''

''சுதாகரனோட ரெண்டாவது மனைவி என் சிகிச்சையில் இருக்குறதா சொன்னேன். அவளோட தாம்பத்தியம் ஒரு பெரிய வெற்றியா இருந்ததுன்னு சொன்னாள். அவரைப் பத்தின இனிய ஞாபகங்கள் மட்டும்தான் இன்னைக்கு அவகிட்ட இருக்குது. ஒருத்தருக்கொருத்தர் வெறுப்பு ஏற்படறதுக்கு முந்தியே பிரிஞ்சுட்டாங்க.''

''அதுக்கு என்ன சொன்னே?''

''நான் சொல்றதுக்கு என்ன இருக்குது. எனக்கு அவள் மேல பொறாமை தான் தோணிச்சு!''

''நீ ஒரு நாளாவது என்னை நேசிச்சதுண்டா டாக்டர் ஷீலா?'' அவர் கேட்டார். அந்தக் கிழக் கண்களில் ஈரம் பரவிய போது வெட்கித் தலை குனிந்தேன்.

''உன் அழகான முகத்தைக் கூட என்னால பார்க்க முடியல. நாளைக்கே புது மூக்குக் கண்ணாடிக்கு ஏற்பாடு செய்யணும்.''

மறுநாள், காலை பதினோரு மணிக்கு அவர் கிளப்புக்குப் போயிருந்த வேளையில் கல்யாணிக்குட்டி வீட்டிற்கு வந்தாள். என்வீட்டு பூந்தோட்டமும் வரவேற்பறையில் அங்கும் இங்குமாக வைக்கப்பட்டிருந்த உலோகச் சிலைகளும் ரம்மியமாக இருப்பதாகக் கூறினாள்.

''கலை ரசனை கொண்ட பணக்காரி. நிஜமாகவே நீ அப்படியே தான் இருக்கே ஷீலா?''

''கலைரசனையும், பணமும் இருக்கிறது ஒரு குற்றம்ங்கற தொனியில், பேசறதா எனக்குத் தோணுது?''

''அதெல்லாம் வெறும் நினைப்பு, உன்மேலே எனக்கு என்னைக்குமே பொறாமைதான் தோணியிருக்குது. உன்னை விட இருபத்தியோரு வயது அதிகமானவனைக் கணவனாக ஏத்துக் கிட்டபோது ரொம்ப பொறாமைப்பட்டேன். காரணம், உன்னோட கணவன் என் சுதாகரனை மாதிரி இல்ல. உன் கணவன் நீல நிற டிரஸிங் கவுனை உடுத்தி வெளிவராந்தாவிலே உட்கார்ந்து பேப்பர் படிச்சிட்டு இருக்குறதைப் பார்த்த போது உன் அதிர்ஷ்டத்தை நெனச்சுப் பொறாமைப் பட்டிருக்கேன். என்னோட

சுதாகரன் ஆண்மை நெறைஞ்ச இளைஞனா இருந்தார். ஆனா தாழ்வு மனப்பான்மை அவரை ஒரு மிருகமாக மாத்திடுச்சு. பழக்க வழக்கத்தோட நாகரிகம் அவருக்குத் தெரியாது. கௌரவமானவங்க நடுவுலே அவரோட இருக்கப் பயந்தேன். என்னை அடியே இவளே, தேவிடியான்னு தான் கூப்பிடுவார். அந்த ஆளுக்கு என் மேல மரியாதை இல்லைன்னு உறுதியாயிடுச்சு. ஆதரவு காட்டுற ஒரு கணவனைத் தேடி, சுதாகரனை விட்டுட்டுப் போனேன். ஆனா என்னோட படுக்கையிலே சுதாகரனை மட்டும் தான் எதிர்பார்த்தேன். உன்னையும்...."

கல்யாணிக்குட்டி அழ ஆரம்பித்ததும் அவள் மீது இரக்கம் பிறந்தது. சுதாகரனை மறுபடியும் காணும் சந்தர்ப்பத்தை ஏற்படுத்தித் தருவதாகக் கூறினேன்.

"உனக்கு விருப்பம்னா அவரையும் அவரோட மனைவியையும் சாப்பாட்டுக்குக் கூப்பிடறேன்." என்றேன்.

"அய்யோ, அவளைக் கூப்பிட வேண்டாம். எனக்கு அவரோட மனைவியைப் பார்க்க கொஞ்சமும் விருப்பமில்லை." என்றாள்.

மறுநாள், நாள் நான் கேட்டுக் கொண்டதற்கிணங்க சுதாகரன் வந்தார். எனது தோட்டத்தில் ஒரு பெமினாவை வாசித்தபடி கல்யாணிக்குட்டி அமர்ந்திருந்தாள். அவர்கள் ஒருவருக் கொருவர் மௌனத்தால் எதிர்கொண்டனர். தாகம் நிறைந்த விழிகளுடன் பரஸ்பரம் பார்த்துக் கொண்டார்கள். நான் வீட்டிற்குள் சென்றேன்.

அன்றிரவு அவர்களிருவரும் டாக்சியில் கிளம்பிச் சென்றார்கள். அதுவரை அவர்களிடம் விருந்து உபசரிப்புகள் காட்டிய கணவர் என்னைச் சாடத் தொடங்கினார்.

''நீ இந்த மாதிரி செஞ்சிருக்கவே கூடாது. சுதாகரனோட மனைவியை நெனச்சாவது அவரைக் கூப்பிட மாட்டேன்னு நெனச்சேன். அவங்களுக்கு இது தெரிஞ்சா அழுது அழுதே படுக்கையில் விழுந்திடுவாங்க. உன் பால்ய காலத் தோழிகிட்டே இருக்கிற மாயக்கவர்ச்சி ஒரு அப்பாவிப் பொண்ணுகிட்டே இருக்க வேண்டியதில்லையே?''

''எனக்குக் கல்யாணிக்குட்டியைத் தவிர வேறுயார் மேலயும் ஈடுபாடு கிடையாதுன்னு நீங்க புரிஞ்சிக்கணும்.'' என்றேன்.

''அப்படின்னா, அவள் சுதாகரனை அபகரிச்சுட்டு ஆஸ்திரேலியாவுக்குப் போயிட்டா உனக்கு சந்தோஷமா? அந்த அப்பாவிப் பொண்ணும் அவளோட ஒரே மகளும் அனாதைகளா ஆகிறபோது எந்த எதிர்ப்பும் காட்ட மாட்டே. சுதாகரனோட மகளைப் பத்தி நீ எத்தனை தடவை புகழ்ந்து பேசியிருக்கற. அவங்களுக்குத் தகப்பன் இல்லாமப் பண்ணுறதில உன் பங்கு எவ்வளவுன்னு யோசிச்சுப் பாத்தியா?'' அவர் கேட்டார்.

''என்ன பண்ணனும்னு எனக்குத் தெரியும். தேவைப்பட்டா சுதாகரனோட மனைவி, அவரோட மகள் அம்மிணி இவங்க உத்திரவாதத்தை நான் ஏத்துக்கறேன். படிக்கவெச்சு அவளுக்கு ஒரு கௌரவமான வேலை வாங்கித்தர எனக்கு எந்தச் சிரமம் இல்ல. நான் அம்மிணியை ஒரு டாக்டராக்குவேன். நமக்குக்

குழந்தைகள் இல்லைங்கற குறையை அவள் தீர்த்து வைக்கட்டும்." அவர் எதுவும் பேசாமல் உள்ளே சென்றார்.

சுதாகரனின் பத்தொன்பது வயது மகள் எங்களுக்கு பிரியமானவளாக இருந்தாள். உண்மையில் அவளுக்குக் கல்யாணிக்குட்டியின் சாயல் இருந்தது. திருமதி.சுதாகரன் கல்யாணிக்குட்டியைப் பார்த்ததே கிடையாது.

அப்படியிருக்க கல்யாணிக்குட்டியின் நிறத்தையும், கன்னக் குழிகளையும் உடைய ஒரு பெண்குழந்தையை அவளால் எப்படி பிரசவிக்க முடிந்தது. இந்தக் கேள்விக்கு விடைகூற யாராலும் இயலவில்லை. சுதாகரனுக்கு கல்யாணிக்குட்டியின் மீதுள்ள மோகம் தான் அத்தகைய ஒரு குழந்தை அவரது மனைவிக்குப் பிறக்கக் காரணம் என்றார் கணவர். சுதாகரனும் அவரது குடும்பத்தினரும் இரண்டு மூன்று மாதங்களுக்கு ஒருமுறை எங்களைச் சந்திப்பது வழக்கம். அந்தச் சந்திப்புகளின் போது என் கணவர் அம்மிணியிடம் உரையாடுவதையும் அரட்டைப் பேச்சைக் கேட்டு சிரிப்பதையும் ஆர்வத்துடன் கவனித்திருக்கிறேன்.

சுதாகரனின் மனைவி நாகரிகமானவள் இல்லைதான். ஆனால் அவளொரு உத்தம குடும்பப்பெண் என்று என் கணவர் பலமுறை சொல்லி இருக்கிறார். எனக்கு ஏனோ அப்பெண்ணை மெச்சிப் பேச முடியவில்லை. கல்யாணிக்குட்டியுடன் ஒப்பிட்டுப் பார்க்கையில் அவளது உருவம் ஒளியிழந்து தென்பட்டது. ஒருநோயாளியிடம் டாக்டருக்குத் தோன்றும் சாதாரண உணர்வுகள் தான் அவள் மீது எனக்குத் தோன்றியது. அனுதாபமே அந்த உறவின் முக்கியக்காரணி. அனுதாபம் கலந்த

ஒரு வெறுப்பு. ஆகவேதான் சுதாகரனுடன் சேர்ந்து அல்லும் பகலும் கல்யாணிக்குட்டி திரிவதை அறிந்தும்கூட எனக்குக் கோபம் எழவில்லை. முப்பது வருடங்களுக்குப்பிறகு அவன் மூலம் அவளுக்கொரு தேனிலவு கிடைப்பதை, ஒழுக்க நியதிகளை நினைவுபடுத்தி ஏன் தடுக்க வேண்டும்? கல்யாணிக் குட்டியைச் சந்தித்த ஒரு வாரத்திற்குப் பிறகு சுதாகரனின் மனைவி என்னைப் பார்க்க மீண்டும் கிளினிக் வந்தாள். ஒருகாலின் பெருவிரலை அறுவை சிகிச்சை செய்து அகற்றி இருந்தேன். ஆனால் அடுத்த காலிலும் நீர் கோர்த்திருப்பதாக முறையிட்டாள்.

"காயம் எதுவுமில்லை டாக்டர் ஷீலா. நீர் கோர்த்து வலிக்குது." என்றாள். பரிசோதிக்கும் போது அவள் விசும்புவதை உணர்ந்தேன். கண்களில் கண்ணீர் திரண்டிருந்தது.

"என்ன ஆச்சு" என்று கேட்டேன்.

"என்னோட மனசுல கொஞ்சம்கூட நிம்மதி இல்ல.' என்றாள்.

"என்ன நடந்தது?"

அவள் என் கணவனையும் மகளையும் மயக்கிட்டா. என் மகளை ஆஸ்திரேலியாவுக்குக் கொண்டு போறதா என்கிட்டே சொன்னாள். அம்மிணி குழந்தை. எதுசரி, எது தப்புன்னு தெரியாது. நான் வாழறதே அம்மிணிக்காகத் தான். அவளை அந்தப் பெண் ஆஸ்திரேலியாவுக்குக் கொண்டு போயிட்டா வேதனையில செத்துடுவேன்."

"சுதாகரன் அம்மிணியோட நடவடிக்கையைப் பத்தி என்ன சொல்றார்?"

''அவர் அதை ஆமோதிக்கிறார். ஒருவேளை சீக்கிரமா அவரும் அங்கேயே போயிடுவாருன்னு தோணுது. அவளோட ரெண்டாவது கணவன் இறந்து போயிட்டதா கேள்விப்பட்டேன். அதனால என் கணவரைத் தேடி இந்தியாவுக்கு வந்திருக்கிறாள்.''

''ச்சே, அழாதீங்க. சுதாகரன் உங்களை விட்டுட்டு எங்கேயும் போகமாட்டார். சுதாகரனும், கல்யாணிக்குட்டியும் ரெண்டு வருஷம் ஒண்ணா வாழ்ந்தவங்க. ஒத்து வரலைன்னு பிரிஞ்சவங்க. இனி ஒருபோதும் சேர்ந்து வாழமாட்டாங்க. கல்யாணிக்குட்டிக்குக் குழந்தைகள் கிடையாது. அதனால உங்க மகளைக் கூட்டிட்டுப் போய் வளர்க்கலாம்னு விரும்பியிருப்பாள். உங்களால அம்மிணியைப் பிரிஞ்சு வாழமுடியாதுன்னு அவகிட்ட சொல்லிப் புரிய வைக்கிறேன். போதுமா?'' என்றேன்.

''அவர்கிட்டேயும் நல்லதை உபதேசம் பண்ணுங்க.'' என்று சொன்னாள்.

''நீங்க பயப்பட வேண்டாம். எனக்குச் சின்ன வயசுலே இருந்து கல்யாணிக்குட்டியைத் தெரியும். அவள் அசடாக இருக்கலாம். ஆனா இரக்கம் உள்ளவள். அவகிட்டே பேசறேன்...''

அன்றைக்குச் சாயங்காலம் கல்யாணிக்குட்டி என்னைச் சந்தித்தாள். அவள் சந்தோஷமாகக் காட்சியளித்தாள். அம்மணியை ஆஸ்திரேலியாவுக்குக் கொண்டு போகக்கூடாது என்று சொன்ன போது அவளது முகம் சிவந்தது.

''இந்த மாதிரியான விஷயங்கள்ல தலையிடாம இருக்கறது தான் நல்லது. என் சொந்த விஷயத்துல மத்தவங்க அனாவசியமா குறுக்கிடறதை விரும்ப மாட்டேன்.'' என்றாள்.

''அம்மிணி உன் சொந்த விஷயமா?''

''அம்மிணி என்னை நேசிக்கிறாள். அவளுக்கு என் கூட வாழணும்னு விருப்பம். அந்த விருப்பத்தை நிறைவேற்ற என்னால முடியும்.''

''ஆனா அம்மிணிக்குப் பத்தொன்பது வயதுதான் ஆகுது. அவளோட நோயாளி அம்மாகிட்டேர்ந்து பிரிச்சு ஆஸ்திரேலியாவுக்குக் கொண்டு போறது கொஞ்சமும் சரியில்ல. அவங்களுக்கு சிகிச்சை தர்ற டாக்டர்ங்கற முறையில் சொல்றேன். அவங்களாலே மகளைப் பிரிஞ்சு வாழமுடியாது.''

''அம்மிணி கல்யாணமாகிப் போயிட்டா அவளோட அம்மா என்ன பண்ணுவாளாம்? எனக்கும் அம்மிணிக்குமான உறவு கல்யாணத்த விட உறுதியானது. இந்த விஷயத்தைப் பத்தி எனக்குப் பேச விருப்பம் கெடையாது.''

''நீ அவளைக் கெடுக்க முயற்சி பண்ணுறே.'' என்றேன்.

''ஷீலா, திரும்ப பொய்களையே பேசறே. கடைசியிலே அந்தப் பொய்களையே நம்ப ஆரம்பிச்சுடறே. நீயா இருக்கறதுக்கு உனக்குத் தைரியமில்லை. என்னைக் காதலிக்கிறதைத் திறந்து சொல்ல உனக்குத் தைரியம் கெடையாது. என்கூட வாழ்ந்தா மட்டும்தான் உனக்கு ஓய்வும் அமைதியும் ஆனந்தமும் கிடைக்கும்னு உனக்குத் தெரியும். ஆனாலும் நீ மரபு ரீதியான அந்த வழியைத் தேர்ந்தெடுத்தே. அழிவுக்கான வழி. உன்னோட அவலட்சணமான புருஷனையும், அவன் கூடப் படுக்கறதையும் அவனோட உளுத்துப்போன பேச்சுக்களையும் ரசிக்கிறதாகப் பாசாங்கு பண்ணினே. கடைசியா உனக்கு யாருமே

இல்லாமப் போயிட்டாங்க. யாருக்கும் உன்னோட தேவையில்லாம ஆயிடுச்சு. நீரிழிவுக் கட்டி பழுத்து, முற்றிப்போன உறுப்புகளை அறுத்து அகற்றவும், கர்ப்பப்பையில இருந்து குழந்தையை சிசேரியன் செஞ்சு வெளியே எடுக்கவும் சிலருக்கு உன்னோட தேவை இருந்தது. அவங்களைத் தவிர யாருக்கு உன்னை வேணும்?'' துவைக்காத புத்தம் புதிய துணியின் சரசரப்பைப் போன்றிருந்தது அவளது குரல். அதில் தன்னம்பிக்கை சுடர்விட்டது. என் கண்கள் நிரம்பின.

''என்னோட கணவருக்கு நான் வேணும். அவர் என்னை நிச்சயமா நேசிக்கிறார்.'' என்றேன்.

''அவர், உன்னோட படுக்கிழவனான அவர். உன்னை நேசிக்கிறதா இருந்தா எதுக்காக நேற்று மத்தியானம் முழுவதும் என்னோட ஹோட்டல் ரூம்ல தங்கினான்? என்கிட்டே சரசம் செஞ்சுக்கிட்டு அந்த மடையன் நாலு மணிநேரம் அங்கேயே இருந்தான். உன்னோட புருஷங்கறதாலே அந்த ஆளை உதைச்சு வெளியே தள்ளல.''

''அய்யோ, இப்படிக் கதை கட்டாதே, கல்யாணிக்குட்டி. உன்னைக் கடவுள் தண்டிப்பார். பெண்களை ஒருதடவை கூட நிமிர்ந்து பார்க்காத என் கணவர் உன்னைக் காதலிக்கிறாரா? இந்தக் கதையை யார் நம்புவாங்க?'' என்றேன்.

''உன்னை மாதிரியான ஒரு முட்டாளைப் பார்த்ததே இல்ல ஷீலா, அந்த ஆள் உன்னை ஒருநாளும் காதலிச்சது கெடையாது. உன்னோட கல்யாணம் அந்த ஆளுக்கு சமூகத்துல ஒருமரியாதையை தந்தது. கௌரவமானவனா நடிக்க அவன்

தீர்மானம் எடுத்திட்டான். அந்த நடிப்புல உன்னை மாத்திரம் ஏமாற்றலை. இந்தப் பட்டணத்தில பிரபலமான எல்லோரையும் ஏமாற்றினான். ஒரேயொரு பார்வையில அந்த ஆளோட அற்பத்தனங்களைத் தெரிஞ்சுக்கிட்டேன்னு அவனுக்கு புரிஞ்சிடுச்சு. பாசாங்கு பண்றதை நிறுத்திட்டு கொஞ்சநேரம் என்கூட செலவழிக்க ஆசைப்பட்டான். ஆனால், எனக்கு இந்த மாதிரியான ஆம்பளைங்க அவசியமில்லை. இவனுங்க சுத்த மிருகங்கள். ஷீலா, நான் உன்னை வேதனைப் படுத்திட்டேன். ஒரு தடவை நீ என்னை வேதனைப்படுத்தினே. இனி அந்த ஆட்டத்தை ஆடறதுக்கான என்னோட முறை வந்திருக்குது.'' என்றாள் கல்யாணிக்குட்டி.

கணவர் கிளப்பிலிருந்து திரும்பி விட்டதால் எங்கள் உரையாடல் வேறு விஷயங்களுக்குத் தாவியது. முன்பு உடல் சார்ந்த ஒரு ஈர்ப்பை அவளிடம் அனுபவித்திருந்தேன். அது மாயை என்று கற்பனை செய்து வாழ வருடக்கணக்கில் முயன்று கொண்டிருந்தேன். ஆனால் முடியவில்லை. ஆனால் என் கணவரின் சரச சல்லாபங்களைப் பற்றித் தெரிவித்த நிமிடம் முதல் அவளது காந்த வளையத்திலிருந்து வெளியே வந்துவிட்டேன். வருடங்களாக நீண்ட மனப்போராட்டங்க ளிலிருந்தும் குற்றவுணர்வுகளிலிருந்தும் விடுதலை பெற்றதாக உணர்ந்தேன். விமான நிலையத்தை அடைந்ததும் கல்யாணிக்குட்டியைப் பார்த்தேன். ஒரு டாக்சியிலிருந்து தலைகுனிந்து இறங்கிக் கொண்டிருந்தாள். அவளுடன் சுதாகரனோ, அம்மிணிக்குட்டியோ யாரும் இல்லை. காரை பார்க் செய்து திரும்புவதற்குள்ளாக உள்ளே பிரவேசித்து விட்டாள். உரக்க அழைத்தேன், ''கல்யாணிக்குட்டி.''

அவள் நடப்பதை நிறுத்தித் திரும்பிப் பார்த்தாள். பிறகு வாட்சை கவனித்தாள்.

"எனக்கு நேரம் இருக்குது. ஷீலா வா நாம பத்தோ, பதினைந்தோ நிமிஷம் வெளியே உட்கார்ந்து டீ சாப்பிடலாம்." என்றாள். பிறகு, சக்கரங்கள் பொருத்தப்பட்ட தோல்பையை இழுத்தபடி என் தோள் மீது கைபோட்டு நடந்தாள். எல்லோரும் கண்களை அகல விரித்து அவளைப் பார்த்தார்கள். அவளோடு நடந்து செல்லும் போது எனது முதுமைத் தோற்றம், முன்னைவிட அதிகமாகத் தெரிவதை உணர்ந்தேன். என் நரையோடிய கூந்தல், நிதானமான நடை, முன்னோக்கி வளைந்த தோள்கள். ஒருவேளை எங்களைக் கவனித்தவர்கள் என்னை அவளது அம்மாவாகக் கருதியிருக்கக் கூடும்.

"நான் உன்னோட அம்மான்னு எல்லோரும் நெனச்சுக்குவாங்க."

"நம்ம ரெண்டு பேருக்கும் உருவ ஒற்றுமை இருக்குதுன்னு எனக்கு ஏற்கனவே தெரியும். உன்னோட அப்பா இறந்த பிறகுதான் அதற்கான காரணம் தெரிஞ்சது."

"நீ என்ன சொல்றே" ஆதங்கத்துடன் கேட்டேன்.

"உன்னோட அப்பா இறந்த பிறகு அவர் எழுதி வெச்ச ஒரு லெட்டரையும், கொஞ்ச பணத்தையும் உங்க கணக்குப் பிள்ளை என்கிட்டே ஒப்படைச்சார். ஒருதடவைகூட நான் உன் தகப்பன்னு சொல்லத் தயங்கின அந்த மனுஷனைக் கடுமையா வெறுத்தேன்." கல்யாணிக்குட்டி பேச்சை நிறுத்தி தேநீர் குடிக்கத் தொடங்கினாள்.

''இதை மட்டும் நான் நம்பலை. அப்பாவும் அம்மாவும் எத்தனை ஒற்றுமையா வாழ்ந்தவங்க. அப்பா அம்மாவுக்குத் துரோகம் செஞ்சதாக எப்படி நம்புவேன்?'' நான் கேட்டேன்.

''அந்தக் கடிதத்தைப் பத்திரப்படுத்தி வெச்சிருக்கேன். நீ வாசிக்கணும்னா அதை நகலெடுத்து தபால்ல அனுப்பித் தர்றேன். நீ என்னோட சகோதரின்னு தெரிஞ்ச பிறகு என்னைக் கட்டுப்படுத்த முடியல. உன்னை அந்த அளவுக்கு நேசிச்சிருக்கேன். உன்கிட்டே தோணுற நட்பு வேறே யார் கிட்டேயும் தோணுறதில்லை. என்னோட ரெண்டாவது கணவர் ஒரு வெகுளி. நான் அவருக்கு மனைவி ஆனதும் கோகினூர் வைரம் கெடைச்ச மாதிரி இருந்தார். எப்படி வாழணும்னு எனக்குக் கற்றுத் தந்தார். எல்லா சுகமும் கெடச்சது. ஆனால் ஒருமுறைகூட பசியே இல்லாம வாழ நேர்ந்ததை நெனச்சு கவலைப்பட்டேன். பசி இல்லாமப் போனா ருசி எப்படித் தெரியும்? கடைசியில் அவர் இறந்த பிறகு விடுதலை ஆனேன். என் துக்கங்களுக்குத் தீர்த்த யாத்திரை போக சுதந்திரம் கெடைச்சது. அழ ஆசைப்பட்டேன். நீ என்னை 'போடீ பெண்ணே'ன்னு திட்டணும். இளமையோட தூய்மைக்குத் திரும்பிப் போகணும்னு விரும்பினேன்.'' கல்யாணிக்குட்டியின் கண்களில் ஆழம் அதிகரிப்பதாக எனக்குத் தோன்றியது. 'நீ அம்மணியை கூட்டிட்டுப் போறதா சொல்லி இருந்தியே?'' என்றேன்.

''அம்மிணியைக் கூட்டிட்டுப் போகணும்னு உத்தேசித்திருந்தேன். ஆனால், பயணம் உறுதியானதும், அவளோட அம்மா தற்கொலை செஞ்சிக்க முயற்சி பண்ணினாள்.

சுதாகரன் ஃபோன்ல சொன்னதும் அம்மிணியோட பயணத்தை ரத்து பண்ணிட்டேன்.'' என்றாள் கல்யாணிக்குட்டி.

"எனக்கு எதுவுமே தெரியல"

"உனக்கு ஒண்ணுமே தெரியாது. உன் கணவன் துரோகம் பண்ணினது கூட தெரியாது. நீ வெறும் நடைப்பிணம் ஷீலா.''

"சரிதான், நான் வாழ்ந்துட்டு இருக்கறதா எல்லோரும் சொல்றாங்க. ஏன்னா என் பேர் இதுவரைக்கும் பத்திரிகையோட பத்தாம் பக்கத்துல வரலை. விருந்தாளிங்க வர்ற போது இப்பவும் வாசற்படியைத் திறந்து வைக்கிறேன். அதனாலதான் சாகலைன்னு உறுதியாகச் சொல்றேன்.'' என்றேன்.

கல்யாணிக்குட்டி எழுந்து நின்றாள். மறுபடியும் பழைய மாதிரி என்னை முத்தமிடுவாள் என்று எதிர்பார்த்தேன். ஆனால் இளம் முறுவலை மட்டும் தூவினாள்.

"இனிமையான ஒரு விடுமுறையைச் செலவழிச்சிட்டுப் போறேன். எல்லோருக்கும் என் நன்றி. மறுபடியும் எப்போதாவது சந்திக்கலாம்.'' அவள் தனது குட்டைக் கூந்தலை ஆட்டி கொண்டு நடந்து செல்வதைப் பார்த்துச் சிலையாக நின்றேன். கடைசியில் அவள் சென்று மறைந்ததும் பிரிவுத் துயருடன் விமான நிலையத்தை விட்டு வெளியே வந்தேன். என் கால்கள் சோர்வுற்றுத் தளர்வதை உணர்ந்தேன். என் வீடும் அதில் அடுக்கி வைக்கப்பட்டுள்ள அழகுப் பொருட்களும், கிழட்டுக் கணவனும், நோயாளிகளும் அனைத்தும் அடங்கிய உலகத்திற்கு மீண்டும் சென்று சேரத் தயக்கமாக இருந்தது. எனக்கு வாழ வேறு மார்க்கமில்லை. மனதிற்குள் கூறினேன். "எனக்கு யாருமில்லையே, என்னை நேசிக்க இனி யாருமில்லையே?''

கணவருடன் சுதாகரனின் வீட்டை அடைந்த போது அங்கு அம்மிணி மட்டுமே இருந்தாள்.

"நாளைக்குத் நான் அம்மாவை வீட்டுக்குக் கூட்டிட்டு வர்றாங்க"

"மயக்கம் தெளிஞ்சிருச்சா?"

"ஆமாம்."

ஆஸ்பத்திரிக்குப் போவதற்கு முன்பு பத்துநிமிடங்கள் அங்கு இளைப்பாற விரும்பினேன். தோள்கள் வலிப்பதை உணர்ந்தேன்,

"அம்மிணி நீ எதுக்காக மறுபடியும் அழறே? உன் அம்மா மரணத்திலேர்ந்து பிழைச்சுட்டாங்க தானே?" அவளிடம் கேட்டேன். அவள் தனது புறங்கையால் கண்ணீரைத் துடைத்தாள்.

"நான் அம்மாவை வெறுக்கறேன். என்னையும், என் அப்பாவோட வாழ்க்கையையும் அவங்க நாசப்படுத்திட்டாங்க" என்றாள் அம்மிணி.

துணுக்குற்றேன். அவள் சுயவுணர்வை இழந்து விட்டதாகச் சந்தேகித்தேன். அந்த இளம் பெண்ணுக்கு என்ன ஆயிற்று? அவளைக் கட்டியணைத்தேன்.

"எதுக்காகச் சொந்த அம்மாவை இந்த அளவுக்கு வெறுக்கறே? அவங்க பாவம். உங்க ரெண்டு பேருக்கு இணையா படிக்கலைன்னாலும் உங்களை உயிருக்கு உயிரா நேசிக்குறாங்க. அவங்களை ஒருபோதும் வெறுக்கக்கூடாது. அவங்க உனக்காகவும் சுதாகரனுக்காகவும் தான் வாழறாங்க.'

"அவங்க உயிரோடு இருக்கறவரைக்கும் எனக்கும் அப்பாவுக்கும் விமோசனமில்ல. ஆஸ்திரேலியாவுக்குப் போய்

என்றென்றும் தாரா 116

அங்கே வசதியா வாழறதுக்குச் சந்தர்ப்பம் கெடைச்சது. அதைப் பல வழிகள்ல தடுக்க முயற்சி பண்ணினாங்க. கண்ணீர் அவங்களோட ஒரே ஆயுதம். கண்ணீர் சிந்திக்கிட்டே இருக்கிற அந்த மூஞ்சியை எத்தனை தடவை பார்க்கறது? விழிச்சுக்கிட்டு இருக்கும் போது வர்ற கெட்டக் கனவு மாதிரியான அந்த முகம் என்னோட ஆசைகளை அழிக்குது. என் அப்பா வாழ்க்கையில சுகம் என்கிறதே கெடையாது. அவர் மனம் விட்டுச் சிரித்ததைப் பார்த்ததே இல்லை. ஏன்னா அவரோட சிரிப்பு அவங்களுக்குப் பிடிக்காது. இன்னைக்கு என்ன சந்தோஷக் களை முகத்துல தெரியுதுன்னு அப்பாகிட்டே கடுமையா கேட்கறதைப் பார்த்திருக்கேன். சந்தோஷமா இருக்கறது ஒரு பெரிய பாவமாகவும் அதை நாங்க நம்பணும்னும் ஆசைப்பட்டாள். அவள் செத்தாக்கூட அழ மாட்டேன்.''

அம்மிணியின் முகத்தை வருட நீட்டிய கரத்தைத் சட்டெனப் பின்னுக்கு இழுத்தேன்.

''என்னோட சந்தோஷத்தை அழிக்க அம்மா ஆசைப்பட்டாள். டாக்டர் கல்யாணிக்குட்டி என்மேல அன்பு காட்ட ஆரம்பிச்ச போது ஹிஸ்டீரியா பாதிச்ச மாதிரி ஆயிட்டாங்க. அவங்க என்னையும் அப்பாவையும் மயக்கி ஆஸ்திரேலியாவுக்குக் கொண்டு போகத் தீர்மானம் பண்ணிட்டாங்கன்னு சொல்லி, அம்மா தலையைத் தரையில அறைஞ்சு ஓன்னு அழுதாள். அழகில்லாத பெண்களோட பொறாமையை விட குரூரமான விஷயம் எதுவும் இந்த உலகத்தில கெடையாது. எனக்கும் கல்யாணிக்குட்டிக்கும் இருக்கிற உறவு இயற்கைக்கு மாறானதுன்னு கூட அம்மா

புலம்பினாள். எனக்கு டாக்டர் கல்யாணிக்குட்டிகிட்டே தோணுற அன்பு இயற்கைக்கு எதிரானதா? உண்மையைச் சொல்லுங்க.''

என் முகத்தைக் கண்களால் அளந்தபடி சட்டென்று கணவர் கூறினார். ''நீ ரொம்பவும் களைச்சுப் போயிருக்கே. வீட்டுக்குப் போய் கொஞ்ச நேரம் படு. அப்புறமா ஆஸ்பத்திரிக்குப் போகலாம்.'' நான் ஆமோதித்தேன். எனக்கு அம்மிணியின் கண்களை எதிர்கொள்ளத் தைரியமில்லை. அவளது கடைசிக் கேள்வி குளத்தில் விழுந்த தூண்டிலைப் போல மனதில் விழுந்ததாகத் தோன்றியது. காரில் அமர்ந்து பேசினார். ''போன மாசம் வரைக்கும் நிம்மதியாக வாழ்ந்துக்கிட்டிருந்த குடும்பம்.'' அவரது கன்னங்களுக்கடியில் வெள்ளை ரோமங்கள் வளர்ந்து நிற்பதை அப்போது தான் கவனித்தேன்.

''நீங்க இன்னைக்குச் சவரம் பண்ணலயா?'' கேட்டேன்.

''நான் சவரம் செஞ்சாலும் செய்யலைன்னாலும் யாருக்கென்ன நஷ்டம். இருக்கற வாழ்நாளை நகர்த்திகிட்டிருக்கற ஒரு கிழவன் நான். சொந்த மனைவியோட கண்ணுக்கு வெறும் கோமாளியாகத் தெரியுற துரதிர்ஷ்டசாலி.''

முந்தைய நாட்களைப் போல அவரது கையைத் தொட்டிருக்கலாம். அல்லது கண்களைக் கனிவுடன் பார்த்திருக்கலாம். எனினும் மன்னிப்பைத் தரத்தக்க இரக்கவுணர்வு எனக்கில்லை. என்னையே மன்னிக்கக் கூடிய கருணை எழவில்லை. நடைப்பிணமாகிப் போனேன். கல்யாணிக்குட்டியின் வார்த்தைகளைத் திரும்பத் திரும்ப நினைத்துப் பார்த்தேன்.

"இருபத்திரெண்டு நாள் விடுமுறையில் வந்தாள். திரும்பிப் போறதுக்குள்ளே மத்தவங்க வாழ்க்கையைச் சின்னா பின்னமாக்கிட்டாள்" தாழ்ந்த குரலில் சொன்னேன்.

"பெண்கள்ல ரெண்டு தரப்பானவங்க இருக்கறாங்க. ஒரு தரப்புல இருக்கறவங்க சாதாரண அம்மாக்களாக மட்டும் நடந்துக்குவாங்க. அவங்களால ஆறுதலைத் தரமுடியும். அடுத்தவங்க அழிவை விதைக்கிறவங்க. பத்ரகாளிகள். நாசம் பண்ணத்தான் அவங்களால முடியும்." என்றார் கணவர்.

கல்யாணிக்குட்டி நாசம் செய்த உறவுகளை ஒவ்வொன்றாக நினைத்துப் பார்த்தேன். இளமைக்காலம் முதல் முதுமைக் காலம் வரை அவளால் எத்தனையோ முறை கண்ணீரைப் பொழிந்திருக்கிறேன்.

"அவள் இனி இந்தியாவுக்கு வராம இருந்தால் போதும்" என்றேன்.

"அவள் வருவாள். உன்னை மறக்கறதுக்கு ஒரு நாளும் அவளால முடியாது."

"என்னையா? அப்படி கிடையாது. இன்னைக்கு ஏர்போர்ட்ல என்கிட்டே ஒருமாதிரி ஆர்வமில்லாம பேசிப் பிரிஞ்சுட்டாள். இனி ஒரு நாளும் என்னைப் பார்க்க வரமாட்டாள்." என்று உறுதியாகச் சொன்னேன்.

"நீ அவகிட்டே அன்பு காட்டுற காலம் வரைக்கும் அவள் உன்னை விடப் போறதில்லை."

அவர் சிரிப்பதாகத் தோன்றியது. சந்தேகத்துடன் பார்த்தபோது ஒரு கௌரவ பாவனை மட்டுமே அவர் முகத்தில் தென்பட்டது.

"என்னைக் கிண்டல் பண்ணுறீங்களா?"

"கிண்டல் பண்ணுற சுபாவம் எனக்கில்லை டாக்டர் ஷீலா."

"எனக்கு ஒரேயொரு எதிரியை மாத்திரமே சந்திக்க வேண்டியதாச்சு. டாக்டர் கல்யாணிக்குட்டி. அவள் ஒருத்தியால மட்டுந்தான் என்கிட்டேர்ந்து உன்னைப்பிரிக்க முடியும்னு அன்னைக்கே புரிஞ்சுகிட்டேன். தேனிலவு நாட்களிலேயே அவளோட நிழல் நமக்கு நடுவுல இடம் பிடிச்சிருந்தது. என்னோட ஒவ்வொரு சரச சல்லாபத்தையும் நீ அவளோட ஒப்பிட்டுப் பார்க்கறேன்னு புரிஞ்சிக்கிட்டேன். நான் அவளுக்குப் பெறகு வந்து சேர்ந்தவன். ஒரு புயற்காற்று முடிஞ்ச பெறகு, விட்டுவிட்டு வந்து சேர்ற வெறும் சாரல் மழையாக இருந்தேன்."

பின்னர், எனக்கு அவரது முகத்தைப் பார்க்க வெட்கமாக இருந்தது. கண்ணாடியில் பிரதிபலித்த என்முகம் ஓர் அந்நிய முகமாக அக்கணத்தில் தோன்றியது. அழியாத குங்குமப் பொட்டும், வெள்ளி முடியிழைகள் தெரியும் கூந்தலும், மின்னும் கன்னங்களையும் கொண்ட அந்தப் பெண் நான்தானா? இல்லவேயில்லை. தோழியை ஆலிங்கனம் செய்து அவளது முத்தத்தில் பரவசமடையும் ஓர் இளம் பெண்ணாக உருப்பெற்றேன். குளத்தில் மணிக்கணக்கில் நீந்திக் குளித்து பாசி, வெள்ளியிலை, சீந்தல்கொடி, ஆம்பல் இவைகளின் மணமும் சுவையும் கொண்ட காதலியின் உடல் தீண்டலில் சொர்க்க அனுபூதிகளைக் கண்டடைந்தவள்.

"ஓ, என் அன்பே, நான் இனி எப்படி வாழ்வேன்?"

நான் காருக்குள் மெதுவாகக் கவியும் இருளிடம் முணு முணுத்தேன்.

"என்ன? என்கிட்டே எதையோ சொன்னீயா?" தலையசைத்தவாறு கேட்டார்.

"இல்ல, நான் உங்ககிட்டே எதையும் சொல்லலை." என்றேன்.

சாலையின் இருமருங்கிலும் நீல விளக்குகள் அசைந்து கொண்டிருந்தன. பாலத்தைத் தாண்டி, கொச்சித் துறை முகத்தை நோக்கி காரைச் செலுத்தும் போது காற்றில் மீன் வாடை வீசியது. மங்கிய வெளிச்சத்தில் கல்யாணிக்குட்டியின் விஷமத்தனமான சிரிப்பு எழுந்தது.

1988

என்றென்றும் தாரா

நான் ஹரியின் சிநேகிதி ஆனதும் தனது வாழ்க்கை அனுபவங்களை என்னிடம் மனம் திறந்து கூறத் தொடங்கினான். அந்த ஒப்புதல் வாக்குமூலம் என் மீது காட்டும் பெருந்தன்மை என்கிற எண்ணத்தில் அவன் நடந்து கொண்டான். எனக்கு அத்தகைய ரகசியங்களைக் கேட்பதில் ஆர்வமில்லை. நான் அவனது காதலியாகவோ மனைவியாகவோ இருக்க ஆசைப்பட்டதுமில்லை. எதையும் நிதானமாகச் செய்து முடிப்பதே அவனது விருப்பம். ஒருவேளை உணவை அருந்தி முடிக்க கிட்டத்தட்ட ஒரு மணிநேரத்தைச் செலவழிப்பான். ஞாயிற்றுக்கிழமைகளில் தன்னுடன் ஹோட்டலுக்கு வந்து உணவருந்த என்னை அழைப்பதுண்டு. சக ஊழியர்களில் வேறெந்த பெண்ணையும் அவன் அழைப்பது கிடையாது. என்னை மட்டும் அழைத்து எனக்கு உணவு வழங்க அக்கறை காட்டியபோது, சக ஊழியர்கள் அடிக்கடி என்னைக் கேலி செய்து கொண்டிருந்தார்கள். திருமணமே ஹரியின் இலக்கு என்பதை அவர்களில் சிலர் கூறினார்கள்.

''உஷா டெல்லி நகரத்தில் பிறந்து வளர்ந்தவள். அதனால்தான் ஹரி அவளை அழைத்துக் கொண்டு திரிகிறான். நாங்கள் சாதாரண கிராமத்தைச் சேர்ந்தவர்கள். கிராமத்தில் பிறந்து வளர்ந்து மேல் படிப்பை முடித்ததால் மட்டும் திருவனந்தபுரத்தில் வாழ்ந்து கொண்டிருப்பவர்கள்.'' ஒருமுறை ருக்மணி கூறினாள்.

''எந்த தனிப்பட்ட நாகரிகத் தன்மையும் ஹரியிடம் இல்லை.'' நான் சிரித்தபடி கூறினேன்.

திருவனந்தபுரத்தில் பிறந்து அங்கேயே படிப்பை நிறைவு செய்து, அவனது வடிவமைப்பில், கட்டப்பட்ட வீட்டில் வசித்து வந்த திருமணமாகாத இளைஞன் ஹரி. எனவேதான், அவனுடன் உரையாட தனது சக ஊழியர்களான திருமணமாகாதவர்கள் அக்கறை காட்டினார்கள். மதுவும் புகைப்பிடிக்கும் வழக்கமும் இல்லாதவன் ஹரி. ஊதாரித்தனமாகச் செலவழிக்காமல் ஒவ்வொரு மாதமும் கனரா வங்கியில் பணத்தைச் சேமிப்பவன். காரை வழங்கி மருமகனாக்கிக் கொள்ள வசதிப்படைந்த நாயர் வகுப்பினர் முன்வந்தார்கள். இருப்பினும் திருமணத்திலிருந்து ஒதுங்கி நின்று சுதந்திரமாக வாழ்ந்து வந்தான். ஒருமுறை என்னை நட்சத்திர ஹோட்டல் உணவகத்திற்கு மதிய உணவுக்காக அழைத்துச் சென்றான்.

''இங்கே உணவுப் பரிமாறத் தாமதமாகும். அதனால தான் உஷாவை இங்கு அழைத்து வந்தேன். கொஞ்ச நேரம் மனம்விட்டு பேச தீர்மானித்தேன்.'' எனக்காக ஒரு நாற்காலியைப் பின்னோக்கி இழுத்தபடி ஹரி சொன்னான்.

''இங்கே யாரும் இல்லையோ? இங்கே வியாபாரம் மோசமாக இருக்கும்.'' நான் காலியாகக் கிடக்கும் மேசைகளைப் பார்த்துச் சொன்னேன்.

''வியாபாரம் ஜரூராக நடக்கும் இடங்களுக்குப் போனால் நம்மால் உரையாட முடியாது. எனக்கு உன்னிடம் முக்கியமான சில விஷயங்களைப் பேச வேண்டி உள்ளது.'' என்றான்.

''கல்யாணப் பேச்சு என்றால் நானதை உறுதியாகப் புறக்கணிப் பேன். ஹரியை மாதிரி ஒருத்தனைக் கணவனாகக் கற்பனை பண்ணக் கூட என்னால் இயலாது.'' என்றேன்.

''என் மீது இத்தகைய அபிப்பிராயம் இருக்குமெனில் என்னுடன் ஏன் சினிமா பார்க்கவும் சாப்பிடவும் வந்தாய்?'' என்றான் ஹரி. அவனது உதடுகள் வெளிறியிருந்தன. சினம் அவனது முகத்தசைகளை உறைய வைப்பதாக எனக்குத் தோன்றியது.

''நான் திருவனந்தபுரத்தில் வளர்ந்தவள் கெடையாது. ஒரு பெரும் நகரத்தில் வளர்ந்தவள். ஒருத்தன் கூட சினிமாவுக்குப் போனதாலோ உணவு உண்டதாலோ என்னையே பத்திரப்பதிவு செய்து தரவேண்டும் என்கிற நம்பிக்கையுடையவள் அல்ல.'' என்றேன். ஹரி மேசை மீது வைக்கப்பட்டிருந்த பூக்களை விரல்களால் கிள்ளிக் கொண்டிருந்தான். அவன் அமைதியிழந்து காணப்பட்டான்.

''அப்படியானால் உன்னை வீட்டில் கொண்டு போய் விடட்டுமா? உனக்கு என் மீது இத்தனை எதிர்ப்பு இருக்குமானால் உன் நேரத்தை வீணடிப்பது சரியில்லை.'' என்றான்.

நான் வாய்விட்டு சிரித்தேன். "தாலி கட்டி, ஹரியின் வீட்டுக்கு வர விருப்பமில்லை என்று மட்டுமே சொன்னேன். நமது நட்புறவு இன்றுடன் நிறைவடைய வேண்டுமென்று கூறவில்லை." என்றேன். ஹரி மீண்டும் நாற்காலியில் அமர்ந்தான்.

"ஸாரி உஷா. எதை எதையோ சொல்லிவிட்டேன். மன்னித்துவிடு. ஏமாற்றத்தால் கசப்பான வார்த்தைகளைச் சொல்லிவிட்டேன். நான் உஷாவை என்னுடைய வருங்கால மனைவியாகக் கருதத் தொடங்கி ஒன்றரை வருஷங்களாகி விட்டன. உஷாவைப் பத்தி என் அம்மாவிடமும் சகோதரியிடமும் பேசினேன். நமக்கிடையே இருக்கும் சாதி வித்தியாசம் பொருட்டில்லை என்று அவர்கள் சொன்னார்கள். உஷாவைச் சந்தித்தப் பிறகு தாரா கிடைக்காமல் போன வருத்தம் தீர்ந்தது." என்றான்.

என் மனப்போக்குக்கு விளக்கங்கள் கொடுக்க முயலவில்லை. நிஜத்தில் தாராவுடனான தனது காதலுறவைப் பற்றி என்னிடம் கூறியது அவன் செய்த மிகப் பெரிய தவறு. முறைப்பெண்ணான தாராவுடன் பள்ளிக்கும், பின்னர் கல்லூரிக்கும் சென்றான். அவளுடன் சேர்ந்து இளைஞர் கலைநிகழ்ச்சிகளில் பங்கேற்று ஆடிப் பாடினான். அமெரிக்காவிலிருந்து வந்த மலையாளி விஞ்ஞானியைத் திருமணம் செய்து கொள்ள தாரா கட்டாயப்படுத்தப்பட்டாள். இதனால், ஹரி தற்கொலைக்குத் தயாரான சம்பவங்கள் வரை என்னிடம் விளக்கிக் கூறியிருந்தான். தாராவின் ஒப்பற்ற உடலழகைப் பற்றி அவன் விவரிக்கும் போது வெறுப்பை உணர்ந்தேன். அத்தனை பேரழகியாக விளங்கிய காதலியைத் தன்னைக் காட்டிலும் செல்வந்தனான அழகற்ற

ஒருவனுக்கு மணமகளாகக் கொடுத்தபோது அவன் ஏன் ஆட்சேபிக்கவில்லை? அவளது கையணைப்பு ஸ்பரிசத்தை மறப்பதற்கு இரண்டோ மூன்றோ வருடங்கள் தேவைப்பட்டதாக ஒருமுறை என்னிடம் கூறினான். அன்றைய தினம் ஹரியைக் கணவனாக ஏற்றுக் கொள்ளக் கூடாதென்று தீர்மானித்தேன். அவனது அரவணைப்பில் உறங்கும் வேளையிலும் தாராவை மட்டுமே நினைத்துக் கொண்டிருப்பான். மௌனமாக என்னையொரு ஒப்பீட்டு ஆய்வுக்கு உட்படுத்தினான். ரோஜாவின் இதழைப் போன்றது தாராவின் சருமம் என்று ஒருநாள் சொன்னான். அக்கணம் எனது கன்னத்தையும் முன்கையையும் வருடிப் பார்த்தேன். இல்லை, நிச்சயமாக எனது சருமம் ஒருபோதும் பூவின் மென்மையைப் பெற வாய்ப்பில்லை.

பாதி உணவருந்தி முடித்த பிறகு ஹரி கூறினான்:

''தாரா அமெரிக்காவில் இருந்து ஒரு மாத விடுப்பில் வருகிறாள். அவள் கணவன் ராமன் குட்டியும் வருகிறார். தாராவின் அப்பா எழுதிய உயிலைப் படித்துச் சொத்துப் பிரிவினை செய்வதற்காக. இரண்டாவது தாயார் மீது அவளுக்கு நம்பிக்கை இல்லை.''

''நீங்கள் அவளை ஐந்து வருடங்களுக்குப் பிறகு திரும்பவும் பார்க்கலாமே. உங்கள் மகிழ்ச்சியில் நானும் பங்கேற்கிறேன்.'' என்றேன்.

''எனக்கு அவள் மீதிருந்த ஆராதனை உணர்வும் பாசமும் என்றைக்கோ வெளியேறி விட்டது. அவள் சுயநலக்காரி. இல்லையெனில் என்னிடம் செய்த சத்தியங்களை மறந்து பணக்காரனுடன் போயிருப்பாளா? அவள் அமெரிக்காவுக்குப்

போன பிறகு தனது அப்பாவுக்கு ஐந்தோ ஆறோ கடிதங்களை எழுதினாள். பிற்பாடு கடிதமோ ஃபோன் அழைப்புகளோ எதுவும் இல்லை. அப்பாவின் நோய் விவரங்களைத் தெரியப்படுத்திய போதும் அவள் பதில் எழுதவில்லை. தற்போது சொத்தைப் பிரித்தெடுக்க மட்டும் வருகிறாள்." என்றான்.

"திருமணத்திற்குப் பிறகு பெரும்பாலான பெண்கள் கணவர்களின் செல்வாக்கு வளையத்திற்குள் சிக்கிக் கொள்வார்கள். கணவர்களை அனுசரித்து மட்டுமே அவர்களால் வாழ இயலும்." என்றேன்.

"உஷாவுக்கு தாராவைப் புரிந்து கொள்ள இயலாது. அவள் அனுசரிக்கும் இயல்பைக் கொண்டவள் அல்ல. சிறுவயதிலேயே தாயை இழந்தவள். இரண்டாவது தாய் அவளைத் தேவைக்கு அதிகமாக நேசித்தாள். இருப்பினும் அப்பெண்ணைக் குறித்து அவதூறுகளைப் பரப்பினாள். அண்டை வீட்டாரிடமிருந்து தகுதியற்ற இரக்கத்தைப் பெறத் தயாரானாள். பலமுறை எனக்குத் தோன்றியதுண்டு. தாரா என்னுடைய அன்பை மதிப்பதில்லை என்று. என்னுடைய அறிவு என்னிடம் கட்டளையிட்டது. அவளை மறந்து விடு. அவளொரு சம்ஹார காளி. அவள் அழிப்பதை மட்டுமே அறிவாள். ஆனால், அவளது அகன்ற கண்களைக் காணும்போது அறிவு என்னை முற்றிலும் புறக்கணிப்பதாகத் தோன்றும். அவளில்லாமல் வாழ ஒருகணம் கூட நான் விருப்பவில்லை." என்றான் ஹரி.

"அவளது நடத்தை முறைகள் ஈர்ப்புகளாகத் தோன்றியதா? அல்லது அந்த அகன்ற கண்களிலும் உடலழகிலும் அவளது வசீகரிப்பு அடங்கி உள்ளதா?" நான் ஹரியிடம் கேட்டேன்.

"அவளது அகவாழ்க்கையைக் கற்றுக் கொள்ள புற அழகு ஒரு தடையாக நிற்கிறது. அந்த அழகு எனது கண்ணையும் காதையும் உடலையும் அடிப்பணிய வைக்கிறது. மனதையும் உடலையும் கடிவாளமிட்டு அவளருகில் சென்றபோது என் உள்ளங்கையைத் தனது உள்ளங்கைக்குள் வைத்துக் கொண்டாள். தனது சுவாசத்தின் மணத்தை எனது நாசியில் ஒப்படைத்து விட்டு கேட்டாள். இன்று என்னிடமிருந்து எதற்காக இவ்வளவு விலகியிருக்கிறீர்கள் ஹரி?" ஹரி தொடர்ந்தான்.

"அவளது சுவாசத்திற்கு ஈரமான பனை நுங்கின் மணமிருந்தது. இன்றும் பனை நுங்கைத் தின்னும் போது அவளது உதடுகள் ஞாபகம் வரும்." என்றான் ஹரி.

"ஹரி, நீங்கள் அவளது உடல் ஆயத்தப்படுத்திய சூழ்ச்சி வலையிலிருந்து இன்னும் வெளியேறவில்லை." உரக்கச் சிரித்தபடி சொன்னேன்.

"உஷா, நீதான் அதிலிருந்து என்னைக் காப்பாற்ற வேண்டும். அவள் மீதிருக்கும் வேட்கை ஒரு சிறைக்கூடம். நான் அதிலிருந்து விடுதலை பெற்றால் மட்டுமே என்னால் வாழ இயலும். கல்லூரியில் விரிவுரையாற்றும் வேலைகளில் என் நினைவுப்பாதையில் அவளது முகம் முழுநிலவைப் போல அடிக்கடி உதித்தெழுகிறது. பின்னர் எனது நாக்கு அசைவற்றுப் போகும். என் தொண்டை வறண்டு விடும். என் கண்களிலிருந்து வகுப்பறையும் மாணவ மாணவிகளும் மறைந்து விடுவார்கள். நீண்ட இமைகளைக் கொண்ட அவ்விழிகள் என்னை உற்றுப் பார்ப்பதாக உணர்வேன். தளிர் போன்ற கைகள் என் கழுத்தை அணைப்பதாக அக்கணத்தில் உணர்வேன்... அவளது நினைவுகள்

என் வாழ்க்கையைச் சிதைக்கின்றன.'' ஹரி தலை கவிழ்த்து முகத்தைக் கைகளால் மூடிக் கொண்டான்.

"இன்றும் நீங்கள் அவளை உயிராக நேசிக்கிறீர்கள். வேறொருத்தியுடன் நடக்கும் திருமணம் உங்களை இந்த விதியிலிருந்து மீட்காது. வலிமை தீரும் வரை அவளது அருகாமையை அனுபவித்தால் மட்டுமே இதிலிருந்து முழு விடுதலையைப் பெற இயலும்.'' என்றேன்.

நான் ருசித்துக் கொண்டிருந்த ஐஸ்கிரீமிலிருந்து சிறிய துண்டுகளைக் கரண்டியால் அள்ளியெடுத்து ஹரியின் வாயில் வைத்துக் கொடுத்தேன். நன்றிக்கு அடையாளமாக என் முன்னங்கையை வருடினான்.

"உஷா, நீ எனக்கு உதவி பண்ணினால், என்னுடன் எப்போதும் இருந்தால் நான் தாராவை மறக்கக் கற்றுக் கொள்வேன்.'' என்றான்.

"இல்லை ஹரி, உங்களுடன் என்றென்றும் தாரா இருப்பாள். உங்கள் மனதிலிருந்து தாராவின் உருவம் மறைந்து போகாது. அவளை அடையாத காரணத்தின் பொருட்டே அந்த வலிமை இன்றும் நிலைத்திருக்கிறது. அமெரிக்காவிலோ, சுவீடனிலோ வேறு எங்காவது நாம் வாழ்ந்திருந்தால் கூறியிருப்பேன், நீங்கள் வெகுவிரைவில் அவளை அடைவீர்களென்று. ஆசையைத் தீர்ப்பதற்கு வேறு வழி கிடையாது. காமம் அநாகரிகமானது. அது உருவாக்கும் பிரச்சினைகளுக்கு அநாகரிகம் மட்டுமே தீர்வாக இருக்கும். நீங்கள் ரகசியமாக எங்கேனும் அழைத்துச் சென்று அவளுடன் உறவுகொள்ள வேண்டும்.'' என்றேன்.

ஹரி வியப்புடன் என்னை உற்றுப் பார்த்தான்.

"இது பாரீஸ் இல்லையே! திருவனந்தபுரம் அல்லவா? கல்விப்புலங்களில் மதிக்கப்படும் நபர் நான். நானெப்படி அநாகரிகமாக நடந்து கொள்வது? அதாவது ஒரு வன்புணர்வுக்குத் தேவைப்படும் துணிச்சலை நான் திரட்டினாலும் கூட அந்த அருவருப்பான செயலுக்குப் பிறகு தாரா என்னை வெறுக்க மாட்டாளா?" ஹரி கேட்டான்.

"வன்புணர்வு செய்தவனை நேசிக்கத் துவங்கிய பெண்களுடன் எனக்கு அறிமுகமுண்டு. வன்புணர்வு முகத்துதியைப் போன்றது. இரையின் அழகை மெச்சுவதைத் தானே வன்புணர்வாளன் செய்கிறான்." என்றேன்.

எனது வார்த்தைகளை ஹரி ரசிக்கவில்லை.

"உஷா, உனது பகுத்தறிவு வாதங்கள் அவநம்பிக்கை ஊட்டுகின்றன. என்னுடைய தாரா ஒருபோதும் வன்புணர்வு செய்தவனை மன்னிக்க மாட்டாள். அவள் குலப்பெண். அவள் கோயிலுக்குச் சென்று சந்தனப் பொட்டு வைத்துத் திரும்புவதை உஷா பார்த்ததில்லை. பரிசுத்தம் அந்த முகத்திலும் உடலிலும் ஒரு தீநாளத்தைப் போல ஒளிர்ந்து கொண்டிருக்கும்." என்றான் ஹரி.

"பரிசுத்தம்! எவ்வளவு வெறுமையான வார்த்தை அது. ஆண்கள் மட்டுமே அந்த வார்த்தையை உச்சரிப்பார்கள்." நான் முணுமுணுத்தேன்.

2

ஹரியின் கட்டாயத்திற்கு இணங்கி தாராவை வரவேற்க அவனுடன் விமான நிலையத்திற்குச் சென்றேன். ஹரியின் கைவிரல்கள் நடுங்குவதைக் கவனித்தேன். ஆகவே அவனை இடது பக்கமாக அமர வைத்து காரை ஓட்டினேன்.

"இந்த அளவுக்குப் பதட்டமடைய வேண்டிய அவசியம் என்ன?" ஹரியிடம் கேட்டேன்.

"அவள் மாறியிருப்பாள். ஒருவேளை, என்னைத் தெரியாததைப் போல நடிப்பாள். தனது கணவனின் எதிரில் பதிவிரதையாக நடந்து கொள்ள விரும்பக் கூடும்." ஹரி கூறினான்.

"அவள் பதிவிரதை தான். அவள் உங்களுக்குக் கடிதங்கள் கூட எழுதவில்லை." என்றேன்.

"அதுவும் சரிதான் அவள் உன்னை முற்றிலும் மறந்து விட்டாள்' அவளது அப்பா வருத்தத்துடன் ஒருமுறை கூறினார். அவள் கொடியவளாக மாறியிருப்பாள். அமெரிக்காவின் சுகவாழ்க்கை அவளது தன்னலத்தைக் கூட்டியிருக்கும்." என்றான் ஹரி.

"கடிதம் எழுத அவளுக்கு நேரம் இருக்காது. அமெரிக்காவில் வேலைக்காரர்கள் கிடைப்பதில்லை. சமைப்பது, துணி துவைப்பது, குழந்தைகளுக்குப் பணிவிடை செய்வது இப்படி எத்தனை எத்தனை வேலைகளை அவள் தனியாகச் செய்து தீர்க்க வேண்டியிருக்கும்." என்றேன்.

ஹரி சட்டென என்னை நோக்கித் திரும்பினான்.

"அவள் பிரசவிக்கவில்லையென்று அமெரிக்காவிலிருந்து திரும்பிய ஒரு நண்பர் என்னிடம் சொன்னான். எப்படிப் பிரசவிப்பாள்? அவளுடைய கணவனான விஞ்ஞானிக்கு அணு கதிரியக்கப் பாதிப்பு ஏற்பட்டிருக்கும். விஞ்ஞானிகளுக்குக் குழந்தை பிறக்காது. அதாவது, குழந்தை பிறந்தாலும் அவர்கள் பிறவி ஊனம் கொண்டவர்களாக இருப்பார்கள்." என்றான்.

"அதைக் குறித்து எனக்குத் தெரியாது." என்றேன்.

"பலதடவை நானும் தாராவும் எங்களுக்குப் பிறக்கும் குழந்தைகளைப் பற்றி தெய்வீகக் கனவுகளைக் காண்பதுண்டு. முதல் குழந்தைக்கு அபர்ணா என்று பெயர் வைக்கத் தீர்மானித்தோம். வெகு அழகான மகள். அவளை அழைத்துக் கொண்டு இந்தியாவிலுள்ள எல்லாப் புனிதத் தலங்களையும் தரிசிக்க விரும்பினோம். குழந்தையை மூகாம்பிகைக் கோயிலுக்கு அழைத்துச் சென்று சோறு புகட்ட வேண்டுமென்று தாரா வேண்டுதல் செய்திருந்தாள்." ஹரி கூறினான்.

விமான நிலையத்தை அடைவதற்குள்ளாக எதிர்பார்த்த விமானம் வந்து சேர்ந்திருந்தது. நாங்கள் கண்ணாடி வழியாக சுங்கத்துறை ஊழியர்களையும் அவரவரது பெட்டிகளைத் தயக்கத்துடன் திறக்கும் பயணிகளையும் பார்த்துக் கொண்டிருந்தோம்.

"தாராவைக் காணவில்லை." ஹரி முனகினான்.

"அந்தப் பெண்களில் யாரும் தாரா இல்லை என்பது உறுதிதானா? அவளது தோற்றம் மாறியிருக்கும்." என்றேன்.

''இருட்டில் கூட என்னால் தாராவை அடையாளம் காண இயலும்.'' என்றான்.

அந்நிமிடத்தில் நாங்களிருவரும் தாராவைப் பார்த்தோம். அவள் ஒரு கறுப்புப் பட்டுப் புடவையை உடுத்திருந்தாள். பளிங்குக் கல்லால் உருவாக்கிய மனோகரமான சிலையை நினைவூட்டக் கூடிய அழகைக் கொண்டிருந்தாள். அவளது தோளில் கை வைத்து, பெட்டிகளுக்கு நடுவில் அழைத்து வரும் கோர உருவத்தைக் கொண்டவன் அவளது கணவன் என்பதை ஊகித்து விட்டேன்.

''அவனது விருப்பத்திணங்க நடமாடும் பொம்மையைப் போன்றிருக்கிறாள் தாரா.'' என்றேன்.

''அவள் பணிவு கொண்டவள். ஆனால் கண்மூடி மற்றவர்களை அனுசரிக்கக் கூடியவள் அல்ல. அவளுடைய அனுசரிக்கும் குணம் நம்பிக்கைக்கு அப்பாற்பட்டது.'' என்றான்.

தாராவை நீண்ட காலத்திற்குப் பிறகு சந்திப்பதால் ஹரியின் குரல் உணர்ச்சிவசப்பட்டு தழுதழுத்தது. அவனது கண்கள் அந்த அறிமுகமான உருவத்தின் மீது ஓரிரு நிமிடம் நிலைத்தன.

''தாரா தடித்திருக்கிறாளா? அமெரிக்காவில் வசித்து வந்ததன் விளைவாக அதிகம் வெளுத்து விட்டாளா?'' நான் கேட்டேன்.

''இல்லை. அவளிடம் எந்த மாற்றமும் இல்லை. ஐந்து வருடங்களுக்கு முன்பு விடைபெற்றுப் போன அதே தாரா. அதே தோற்றத்துடன் திரும்பியிருக்கிறாள்! பயணக்களைப்பு கூட அவள் முகத்தில் தென்படவில்லை.'' ஹரி தாராவின் மீதிருந்து கண்களை விலக்காமல் கூறினான்.

கடைசியாக, அவர்கள் சுங்கத் துறையினரிடமிருந்து விடுபட்டு வெளியே வந்தபோது ராமன் குட்டியின் கையைப் பிடித்துக் குலுங்கினான் ஹரி.

''ராமன் குட்டிக்கு என்னை யாரென்று தெரியாது. சரிதானே? நான் தாராவின் கஸின் ஹரி. இவர் என்னுடன் பணியாற்றுபவர். பேராசிரியை உஷா.'' என்றான் ஹரி.

''சட்டென்று ஹரியை அடையாளம் தெரியவில்லை. ஹரி மாறியிருக்கிறீர்கள். மூடி நரைக்கத் தொடங்கி விட்டதே?'' ராமன்குட்டி உரக்கச் சிரித்துக் கருத்தைத் தெரிவித்தான். நான் தாராவைப் பார்த்தேன். அவளது முகபாவனையில் எந்த மாற்றம் தென்படவில்லை. தனது காதில் தொங்கும் வெள்ளி லோலாக்கை தொட்டபடி புன்னகையை உதிர்த்தாள். தலைகீழாகத் தொங்கும் ஒரு கோபுரத்தின் தோற்றத்தைக் கொண்டிருந்தது அந்த லோலாக்கு. அதிலொரு சிவப்புக்கல் பதிக்கப்பட்டிருந்தது.

''தாரா தங்க நகைகளை முற்றிலும் நிராகரித்து விட்டாயா? வெள்ளி லோலாக்குகள் அணிந்திருப்பது எனக்கு ஆச்சர்யமாக உள்ளது. இந்தியாவை விட்டுக் கிளம்புவதற்கு முன்பு முழு ஆபரண பூஷிதையாக வீட்டை விட்டு வெளியே வரும் தாரா, ஆபரணமற்ற கழுத்தும் வெறும் முன்னங்கைகளுமாக வந்திருக்கிறாய்?'' ஹரி அவளது உச்சந்தலை முதல் உள்ளங்கால் வரை பார்த்து விட்டு சொன்னான்.

தாரா பதிலளிக்கவில்லை.

''அமெரிக்காவில் யாரும் தங்க நகைகளை அணிய மாட்டார்கள். தாராவின் லோலாக்குகள் பிளாட்டினத்தால்

ஆனவை. வைரம் பதித்த தங்க லோலாக்கைக் காட்டிலும் நான்கு மடங்கு விலை இவற்றிற்கு உண்டு.'' ராமன்குட்டி கூறினான்.

''அஸ்தி கலசச் சடங்குக்கு வந்து சேர இயலாமல் போயிற்று. டிக்கெட் கிடைக்கவில்லை.''

தாராவின் அப்பாவின் நோய் விவரங்களையும், இறுதி நிமிடத்தில் அவர் கூறிய வார்த்தைகளையும் ஹரி அவர்களிடம் எடுத்துரைத்துக் கொண்டிருந்தான். நான் தாராவைப் பார்த்தேன். இல்லை. அவள் அழவில்லை. அவளுடைய முகத்தில் தென்பட்ட பிரகாசம் மங்கவில்லை. அவன் தனது தந்தையை நன்கு நேசிக்கவில்லை என்று எனக்குத் தோன்றியது.

''உயில் பத்திரத்தைப் படிக்கவில்லை. தாரா வந்தபிறகு உயிலைப் படிக்கலாமென்று வழக்கறிஞர் கூறியிருந்தார். முக்கிய வாரிசு தாரா தானே.'' என்றான் ஹரி.

''தாராவின் இரண்டாவது தாயார் என்ன சொன்னார்? வீடும் தேயிலைத் தோட்டமும் அவருக்கு வேண்டுமென்று பிடிவாதம் செய்கிறாரா?'' ராமன்குட்டி கேட்டான்.

''அவர் வீட்டில்தானே வசிக்கிறார். வெளியேற்றுவது யார்? பதிவுச் செய்யப்பட்ட திருமணம். வீட்டை அவருக்குக் கொடுக்காமல் இருக்க வழி கிடையாது. பிறகு எஸ்ட்டேட்கள். அவற்றில் முக்கால் பாகமும் தாராவுக்கு உரியவை என்கிறார் வழக்கறிஞர்.'' ஹரி விவரித்தான்.

''அந்த இரண்டாவது தாயார் கர்ப்பம் தரித்திருப்பதாகக் கேள்விப்பட்டேன். அது உண்மையா? அவர் வயதானவர் தானே?'' ராமன்குட்டி கேட்டான்.

''வயதானவர் அல்ல. அவருக்கு நாற்பத்து மூன்று வயது. இந்த வயதில் பெண்கள் பிரசவித்திருக்கிறார்கள். அவரது குழந்தைக்கும் சொத்தில் உரிமை உள்ளது. தாராவுக்குக் கிடைக்கும் சொத்தில் மூன்றில் ஒரு பகுதி சொத்துகள் அந்தக் குழந்தைக்கு உரியவை என்று வக்கீல் என்னிடம் குறிப்பிட்டார்.'' என்றான் ஹரி.

''தாராவின் அப்பா இறந்து விட்டார். இறந்தவர்களை ஏளனம் செய்யக் கூடாது என்பது எனக்குத் தெரியும். ஆனால், அறுபது வயது கடந்த ஒருவர் இரண்டாவது திருமணம் செய்து, ஒரு குழந்தைக்குத் தகப்பன் ஆவதைப் பற்றி நினைக்கும் போது எனக்குக் குமட்டல் வருகிறது. காமத்திற்கு ஒரு எல்லை கிடையாதா?'' ராமன் குட்டி கேட்டான்.

தாரா அப்போதும் பேசவில்லை. அப்பாவை விமர்சிக்கும் போது, ராமன்குட்டியை அந்த விஷயத்திலிருந்து அகற்ற முயற்சிப்பாளென்று எதிர்பார்த்தேன். அவள் காரின் பின்னிருக்கையில் சாய்ந்தமர்ந்தாள். தனது இடது காதில் தொங்கும் காதணியைத் தொட்டுத் தடவினாள். வெளியே வரிசைவரிசையாக அமைந்திருந்த கடைகளில் விற்பனைக்கு வைக்கபட்ட எலுமிச்சைப்பழங்களும் பழக்குலைகளும் அவளது விழிமணிகளில் பிரதிபலித்தன. அந்தக் கண்கள் இயல்பை விட பெரிதாகவும் ஒளிர்வும் கொண்டிருந்தன. அவள் போதைப்பொருட்களைப் பயன்படுத்துகிறாளா என்று அக்கணம் சந்தேகித்தேன்.

3

தாராவையும் அவளது கணவனையும் வீட்டில் விட்டு விட்டு என்னுடன் ஒரு ஹோட்டலில் இரவுணவை அருத்த ஹரி உத்தேசித்திருந்தான். ஆனால் தாராவின் இரண்டாவது தாயார் உணவருத்தாமல் வெளியே செல்ல எங்களை அனுமதிக்கவில்லை. பேறுகாலம் நெருங்கி விட்ட காரணத்தால் அந்தப் பெண் வெளிறி தடித்திருந்தாள். தாராவை வரவேற்க முன்னோக்கி வந்தபோது எவ்வித பாவனையையும் வெளிப்படுத்தாமல் தாரா அவளது அரவணைப்புக்குக் கீழ்ப்படிந்தாள். அவளது இரண்டாவது தாயார் ஏற்பட்ட வெறுப்பைப் பற்றி ஹரி என்னிடம் பலமுறை கூறியிருந்தான். அந்த வெறுப்பு அவள் முகத்தில் தென்படவில்லை. என் கண்கள் ஹரியின் கண்களை உரசின.

தாராவின் தோளில் தலைசாய்த்து அவளது இரண்டாவது தாயார் தேம்பியழுதாள். தனது கணவனின் மரணம் எதிர்பாராதது என்று அந்தப் பெண் கூறினாள். தனது வயிற்றில் வளர்வது ஆண் குழந்தையென்று அவர் பலமுறை கூறினாராம்.

"என் குழந்தையின் முகத்தை ஒருமுறை பார்க்கக் கூட அவர் இருக்கவில்லை." அந்தப் பெண் இடறிய குரலில் கூறினாள்.

அந்தக் குழந்தை பிறந்து விட்டால் தனிமைக்கும் துயரத்திற்கும் சமநிலை வந்து விடுமென்று ஹரி கூறினான். ஹரியின் வார்த்தைகள் அந்தக் கர்ப்பிணியை மீண்டும் அழ வைத்தன.

தாராவும் ராமன் குட்டியும் தங்களுக்காக ஆயத்தப்படுத்தப்பட்ட படுக்கையறைக்கு உடை மாற்ற போனார்கள். நானும் ஹரியும் மேசையருகில் அமர்ந்து ஆளுக்கொரு குவளை மோர் அருந்தினோம்.

''என்றைக்கு உங்கள் கல்யாணம்? இப்படித் திரியத் தொடங்கி நீண்ட காலம் ஆயிற்றே?'' தாராவின் அம்மா கேட்டாள்.

''அத்தை, கேள்வி பதில்களை உஷாவிடம் கேளுங்கள். உஷாவின் முடிவுக்காகக் காத்திருக்கிறேன் நான்.'' ஹரி என்னைப் பார்த்தபடி சொன்னான்.

''எல்லா நட்புறவுகளும் கல்யாணத்தில் நிறைவு பெற வேண்டும் என்கிற கட்டாயம் எனக்கில்லை.'' என்றேன்.

''இது ஐரோப்பாவோ அமெரிக்காவோ கிடையாது என்பதை உஷா புரிந்து கொள்ள வேண்டும். இது திருவனந்தபுரம். நீங்கள் இருவரும் சேர்ந்து இன்றைக்கு சவுத் பார்க் போகிறீர்கள். உணவு உண்கிறீர்கள். நாளைக்கு கோவளம் செல்கிறீர்கள். ஜனங்கள் என்ன நினைப்பார்கள். இனி ஹரியைத் தவிர உஷாவுக்குக் கணவனாகக் கிடைக்கப் போவது வேறு யார்? உஷாவைத் தவிர ஹரிக்கு வேறு மணமகள் கிடைக்க மாட்டாள்.'' என்றார் தாராவின் அம்மா. ஹரிக்கு மேலும் கொஞ்சம் குளிர்ந்த மோரை குவளையில் ஊற்றித் தரும்போது அவளது தங்க வளையல்கள் கிலுகிலுத்தன. அவள் விதவைக் கோலத்திற்கு விதிக்கபட்ட ஆடைமுறையை ஏற்றிருந்தாள். வெள்ளைப் பருத்திச் சேலையை உடுத்திருந்தாள். நெற்றியில் திலகம் இல்லை. உடலில் இம்மியளவு தங்கத்தைக் கூட அணிந்திருக்கவில்லை.

''உஷாவுக்கு என்னைக் குறித்து உறுதியான தீர்மானம் எடுக்க இயலவில்லை. நான் இப்போதும் தாராவை நேசித்துக் கொண்டிருப்பதாக உஷா கூறுகிறாள்.'' ஹரி முனகினான்.

''தாராவை ஹரி நேசிக்கச் சாத்தியமில்லை. அவர்கள் ஒன்றாக வளர்ந்தார்கள். தங்கைக்குரிய இடம் தாராவிடம் இருக்கும் தானே?'' என்றாள் தாராவின் அம்மா.

''தாராவின் அம்மா இப்போது உயிருடன் இருந்திருந்தால் தாரா என் மனைவியாகவும் என் குழந்தைகளுக்கு அம்மாவாகவும் இருந்திருப்பாள்.'' ஹரி உடைந்த குரலில் சொன்னான்.

''ஹரி என்னைத் தவறாகப் புரிந்து வைத்திருக்கிறான். எனது கட்டாயத்தின் பொருட்டு அவள் ராமன்குட்டியைத் திருமணம் செய்து கொள்ளவில்லை. அமெரிக்கா செல்ல அவள் பேராவல் கொண்டிருந்தாள். அந்த விஷயம் ஹரிக்கும் தெரியும் தானே?'' தாராவின் இரண்டாவது தாயார் மென்மையாக வினவினார்.

''தாராவை அடுத்தவனுக்குத் திருமணம் செய்து கொடுத்திருந்தால் உங்களுக்கு என்ன லாபம் கிடைத்தது? அவள் வீட்டுக்குக் கடிதம் எழுதுவதைக் கூட நிறுத்தி விட்டாள்.'' ஹரி கடுகடுத்தான்.

என்னால் அந்த உணவு மேசையருகில் அமர இயலவில்லை. குடும்ப ரகசியங்களைப் பரஸ்பரம் கைமாற்றும் போது, நான் அங்கு அந்நிய ஆளாக அமர்ந்திருப்பதைத் தாராவின் இரண்டாவது அம்மா விரும்ப மாட்டாளென்று ஊகித்தேன். எனவே எழுந்து நின்று எனது புடவையின் சுருக்கங்களை நீவினேன்.

"நான் இன்னொரு முறை இங்கே உணவருந்துகிறேன். எனக்குச் சீக்கிரமாக வீட்டுக்குச் செல்ல வேண்டும்.'' நான் ஹரியின் அத்தையிடம் கூறினேன்.

அவள் என்னைத் தடுத்து நிறுத்த முயன்றாள்.

"தாராவும் ராமன்குட்டியும் ஐந்து நிமிடத்தில் இங்கு வந்து விடுவார்கள். குளிக்கச் சென்றிருக்கக் கூடும். குளித்தால் மட்டுமே பயணக்களைப்பு அகலும்.'' என்றாள்.

நான் விடைபெற்று கதவைத் தாண்டியபோது ஹரி பின்தொடர்ந்தான். அவன் முகம் சிவந்திருந்தது.

"நான் டிரைவ் செய்து வீட்டில் கொண்டு போய் விடுகிறேன். இரவாகி விட்டது.'' என்றான் ஹரி.

காரில் ஏறி அமர்ந்ததும் என்னை உற்று நோக்கினான்.

"உஷாவுக்கு என்மீது வெறுப்பு தோன்றியிருக்க வேண்டும்.'' என்றான்.

"எதுக்காக? வெறுப்பு தோன்ற ஹரி என்ன குற்றம் செய்தீர்கள்?'' நான் கேட்டேன்.

"நான் தாராவைப் பற்றிக் கூறியதைக் கேட்க உஷாவுக்கு விருப்பம் இருந்திருக்காது. நான் இன்றும் தாராவைக் காதலிப்பதாக உனக்குத் தோன்றியிருக்கும்.'' என்றான் ஹரி. அவனது விரல்கள் மீண்டும் நடுங்கத் தொடங்கின.

"டிரைவ் பண்ணட்டுமா?'' நான் கேட்டேன்.

"வேண்டாம்.'' என்றான்.

‘‘தவறாக நினைக்காதீர்கள் ஹரி. உங்களைச் சொந்தமாக்கும் உத்தேசம் எனக்குக் கிடையாது. தாராவைக் காதலிக்கும், என்றென்றும் தாராவை நேசிக்கும் ஹரியை நண்பராகவே கருதுகிறேன். எந்த ஆபத்து வேளையிலும் உங்களுக்கு உதவ ஆயத்தமாக இருப்பேன்.’’

ஹரியின் கண்கள் சட்டெடன நிரம்பி வழிந்தன.

‘‘இத்தனை பலவீனனாக இருப்பதில் வெட்கப்படுகிறேன். அவளை மீண்டும் சந்தித்திருக்கக் கூடாது. அழிந்துபோன ஏதோ மன சாய்வு என்னை மீண்டும் அடிமையாக்கி விட்டது. நீ சொன்னது சரிதான். இவ்விதமாக மட்டுமே தாராவை நேசிக்க முடியும். அவளுக்கும் எனக்குமான உறவு குழந்தைப்பருவம் தொட்டுத் தொடங்கிய ஒன்று. அவளது வேர்வையின் மணம் என் உடலிலிருந்து அகலாது. நாங்கள் ஒன்றாகச் சண்டையிட்டோம், நீந்தினோம், மண்ணில் படுத்து உருண்டோம். அவள் பருவமெய்திய போது அந்த விவரத்தை முதலில் என் காதில் கிசுகிசுத்தாள். அவளுக்குத் திலகமிட்டதும் கூந்தலைக் கோதி முடித்ததும் நான்தான்.’’ என்றான் ஹரி.

கவடியார் கரையின் இடதுபக்கம் காரை நிறுத்தினேன். வெகுநேரம் அமைதியாக ஒருவரையொருவர் ஏறிடாமல் அமர்ந்திருந்தோம்.

‘‘ஐஸ்கிரீம் வாங்கி வரட்டுமா?’’ ஹரி கேட்டான். ஐஸ்கிரீம் விற்குமிடத்தில் நான்கைந்து இளைஞர்கள் நின்றிருந்தார்கள். அந்நியர்களை எதிர்கொள்ள சிலவேளைகளில் எனக்குச் சற்றும் விருப்பம் இருப்பதில்லை.

''நான் விரைந்து வீட்டுக்குப் போக வேண்டும்.'' என்றேன்.

''மன்னித்து விடு. உன்னை வேதனைப்படுத்தி விட்டேன்.'' ஹரி எனது வலது கரத்தைக் கவனித்தபடி கூறினான்.

''இல்லை ஹரி. திரும்பவும் சொல்கிறேன். நான் காதலியல்ல. வெறும் சிநேகிதி. நீங்கள் தாரா மீதுள்ள மோகத்தின் காரணமாக ஏமாற்றம் அடையும் போது எனக்கு வருத்தமாக இருக்கிறது. தாராவின் அப்பாவும் சிற்றன்னையும் தவறிழைத்தார்கள். இனி அந்தத் தவறைத் திருத்த என்ன வழி? ராமன்குட்டியைக் கைவிட தாரா முற்படுவாளா?'' நான் கேட்டேன்.

''ஐந்து வருடத்தில் தாராவுக்கு ஒரு குழந்தை கூட பிறக்கவில்லை. அவளுக்கு என்றுமே குழந்தைகள் மீது பிரியம் இருந்தது. ஒருமுறை கால் முறிந்த தெருநாயை பால் கொடுத்துப் பேணினாள். அதையெல்லாம் பெருமையாகப் பார்த்துக் கொண்டிருந்தேன். நிச்சயமாக அவளுக்கு அமெரிக்க வாழ்க்கை அலுத்துப் போயிருக்கும்.'' என்றான்.

''அமெரிக்க வாழ்க்கை அவள் ஆரோக்கியத்தைப் பாதிக்கவில்லை. இத்தனை ஆரோக்கியமான ஒரு பெண்ணை முதல்முறையாகச் சந்திக்கிறேன்.'' என்றேன்.

''அவள் ஆரோக்கியமானவள். அந்தக் கன்னச் சிவப்பை பார்க்கவில்லையா? கண்களின் பிரகாசம்.? நடக்குபோது தென்படும் நளினம்? என்னுடைய தாரா ஒரு ரத்தினம். என் வீட்டை அலங்கரிக்கக் கூடியவள். அவளுடைய வாழ்க்கையை நனவாக்க என்னால் மட்டுமே இயலும்.'' என்றான் ஹரி.

"இந்த விஷயம் தொடர்பாக இரண்டு மூன்று நாட்கள் யோசிக்கிறேன். எல்லாவிதத்திலும் ஹரிக்கு உதவ நான் தயார். தாராவுடன் உரையாடி அவளுடைய மனதை மாற்ற என்னால் இயலுமென்றால்." நான் சொன்னேன். ஹரி புன்னகையை உதிர்த்தான்.

4

ஒரு வாரத்திற்குப் பிறகுதான் ஹரியைச் சந்தித்தேன். அவன் வழக்கம் போல காலைநேர வகுப்பெடுக்க கல்லூரிக்கு வரவில்லை. ஃபோன் மூலமாக எனக்கு எந்தத் தகவலும் ஹரியிடமிருந்து வரவில்லை. புறக்கணிப்பதாகத் தெரியவந்ததும் மாலையில் அவனது வீட்டுக்குப் போனேன். அவன் வீட்டில் இல்லை. சமையற்காரன் என்னை வரவேற்று சோபாவில் அமர வைத்தான். வெகுவிரைவில் இல்லத்தரசியாக, அந்த வீட்டுக்கு வந்து விடக்கூடும். என்கிற எதிர்பார்ப்பு அவனது நடவடிக்கை மூலம் புரிந்தது.

தாய்மாமனின் மகளையும் மருமகனையும் அழைத்துக் கொண்டு ராமேஸ்வரத்திற்கு நீத்தார் கடன் செலுத்த போயிருப்பதாகச் சமையற்காரன் தெரிவித்தான்.

"என்று திரும்புவார்கள்?" நான் கேட்டேன்.

"நாளைக்கு வர வேண்டும். அத்தைக்கு உதவி செய்ய யாருமில்லை. பேறுகாலம் நெருங்கி விட்டது." என்றான் சமையற்காரன்.

மறுநாள் என் வீட்டெதிரில் புன்னகையுடன் வந்து நின்றான் ஹரி. வெயில் பட்டு கறுத்துப் போயிருந்த போதிலும் அந்தக் கண்களில் தன்னம்பிக்கை சுடர்விட்டது.

''தாரா என்ன சொன்னாள்? தாரா திரும்பவும் ஹரிக்குக் கிடைப்பாளா?'' உரக்கச் சிரித்தவாறு கேட்டேன்.

''தாராவை அடிப்பணிய வைப்பது சிரமமற்ற காரியம் என்பதைப் புரிந்து கொண்டேன். ராமன்குட்டி நடைபயிற்சிக்குத் தனியாகச் சென்றபோது அவளைத் ஆரத்தழுவினேன். அனுசரிக்கப் பழகிய ஒரு பெண்பிள்ளையைப் போல அவள் நடந்து கொண்டாள். என் மடியில் நீண்டநேரம் நிம்மதியாகப் படுத்திருந்தாள். இந்நிகழ்வு எனக்கொரு கனவாகத் தோன்றுகிறது. அவள் என் காதலியாக இருக்க அக்கறை காட்டுவதை என்னால் நம்ப முடியவில்லை. அவள் திருமணமான பதிவிரதை. இருப்பினும் அவள் என் கைகளைத் தள்ளி அகற்றவில்லை.'' ஹரி தனது மகிழ்ச்சியை என்னிடம் பகிர்ந்து கொண்டான்.

''இனி தாராவை அமெரிக்காவுக்கு அனுப்ப வேண்டாம். ராமன்குட்டியிடம் விஷயங்களை வெளிப்படையாகக் கூறுங்கள். உங்கள் முறைப்பெண்ணை அந்த ஆள் அபகரித்துள்ளான். தவறிழைத்தவன் அவன். இனி தாராவைத் தர மாட்டேனென்று உறுதியாகக் கூற வேண்டும். அவளும் உங்களுடனான உறவைப் பற்றி மனம் திறந்து பேசட்டும்.'' ஹரிக்கு அறிவுரை கூறினேன்.

''தாரா பேச மாட்டாள். அவள் வாயைத் திறந்து என்னிடம் பேச மறுக்கிறாள். நான் சொல்வதைக் கேட்டுச் சிரிக்கிறாள். எனது கட்டளைகளுக்குக் கீழ்ப்படிகிறாள். தனக்குச் சொந்த

அபிப்பிராயம் கிடையாது என்கிற பாவனையில் நடந்து கொள்கிறாள்.'' என்றான் ஹரி.

''இயந்திர பொம்மைகள் தயாரிக்கும் ஒரு தொழிற்சாலையில் ராமன்குட்டி பணியாற்றுகிறான். அங்குத் தயாரிக்கப்படும் இயந்திர பொம்மைகளுக்குக் கதவைத் திறக்கவும் தட்டச்சுச் செய்யவும் விஸ்கியை குவளையில் ஊற்றித் தரவும் தெரியும். என் தாரா அந்தப் பொம்மைகளைப் பிரதியெடுப்பதாகச் சந்தேகிக்கிறேன்.'' ஹரி பலத்த சிரிப்புக்கிடையில் கூறினான்.

''நாளைக்குத் தாராவைச் சந்திக்கப் போகும்போது நானும் வருகிறேன்.'' என்றேன்.

''நாளை மதியம் ஒரு மலையாளத் திரைப்படத்தைக் காண தீர்மானித்திருக்கிறோம். எம்.டி.யின் 'சதயம்'. நீயும் எங்களுடன் வர வேண்டும்.'' என்றான்.

மேட்னி காட்சியின் போது தாரா மிகக் குறைவாகவே உரையாடினாள். தனது வெள்ளி லோலாக்கைத் தொட்டுத் தடவியபடி அமைதியாக அமர்ந்திருந்தாள். ஹரியின் இடது கையைத் தனது கையில் வைத்து வருடுவதை மங்கிய வெளிச்சத்தில் கவனித்தேன். தாரா பணிவும் கீழ்ப்படிதலும் கொண்டவளாகக் காட்சியளித்தாள். அவளது களங்கமின்மை என்னை ஆச்சர்யப்படுத்தியது.

''டாக்டர் ராமன்குட்டி ஏன் திரைப்படம் பார்க்க வரவில்லை.'' தாராவிடம் கேட்டேன்.

''டாக்டர் ராமன்குட்டி ஒரு பிரபலமான விஞ்ஞானி.'' தாரா சொன்னாள். அவளது பதிலைக் கேட்டுச் சிரித்தேன்.

"விஞ்ஞானிகளுக்குத் திரைப்படம் பார்க்க ஆர்வம் இருக்காதா?" நான் கேட்டேன்.

"விஞ்ஞானிகள் பரிசோதனைகளில் ஈடுபட்டிருப்பார்கள்." என்றாள் தாரா. மறுபடியும் பலமாகச் சிரித்தேன்.

"ராமன்குட்டி ரசனையற்றவர்." என்றான் ஹரி.

"அப்படியா? ராமன்குட்டி ரசனையற்றவரா?" தாராவிடம் கேட்டேன்.

"டாக்டர் ராமன்குட்டி ஒரு பிரபலமான விஞ்ஞானி." என்றாள் தாரா.

திரையில் அர்த்தமற்ற சில படுகொலைகள் நடந்து கொண்டிருந்தன. தாராவிடம் எந்த பாவனை மாற்றமும் இல்லை. தனது தலையை ஹரியின் மார்பில் சாய்த்தபடி அசைவற்று அமர்ந்திருந்தாள்.

இரண்டு மூன்று நாட்களில் ஹரி அவளைச் சொந்தமாக்கி விடுவானென்று அக்கணம் தோன்றியது. ஒரு சிநேகிதி என்கிற நிலையில் அவனது வெற்றியில் பெருமிதமடைந்தேன்.

5

நாங்கள் மூவரும் சேர்ந்து மாலைவேளையில் அருங்காட்சியக வளாகத்திலும் கடற்கரையிலும் உலாவினோம். நிறைய திரைப்படங்களைப் பார்த்தோம். ஒன்றாக அமர்ந்து ஹோட்டல்களில் உணவருந்தினோம். இருப்பினும், ஏனோ

தாராவுடன் மானசீகமாக நெருங்க என்னால் இயலவில்லை. அதற்கு நேர்மாறாக, நாட்கள் செல்ல செல்ல அவளது இரண்டாவது அம்மாவுடன் உறுதியான நட்புப் பிணைப்பை நிறுவினேன். நானும் அந்த விதவையும் அறையின் ஒரு மூலையில் அமர்ந்து ஒருவருக்கொருவர் மனம்திறந்து உரையாடும் போது, ஹரி சந்தேகக் கண்ணில் என்னைப் பார்த்துக் கொண்டிருந்தான்.

"உங்கள் இருவருக்குமிடையில் எந்த ஒற்றுமையும் இல்லை. ஏழைக்குடும்பத்தில் பிறந்து கல்வியை நிறைவு செய்யாதவள். செல்வத்திற்காக மட்டும் ஒரு கிழவனை, கல்யாணம் செய்து கொண்ட அந்தப் பெண்ணை எப்படி உன்னால் உற்றாராகத் தேர்ந்தெடுக்க முடிந்தது?" இந்த நட்புறவை நம்ப மாட்டேன். ஒன்று நீ நடிக்கிறாய், அல்லது அத்தை." காரில் என்னைத் திரும்ப அழைத்துச் செல்லும் போது ஹரி கோபமாகச் சொன்னான்.

"நட்புக்குக் கல்வித்தகுதி தடையாக இருக்குமென்று நான் நம்பவில்லை." சலிப்புடன் கூறினேன்.

"கல்வித்தகுதியை மட்டும் குறிப்பிடவில்லை. பண்பாட்டைப் பற்றியே குறிப்பிட்டேன். ஆங்கிலத்தில் ஒரு வார்த்தை பேசக் கூட அத்தைக்குத் தெரியாது. ஆகவே, அவளை விருந்து நிகழ்ச்சிகளில் பங்கேற்க என் தாய்மாமன் ஒருநாள் கூட அழைத்துச் சென்றது கிடையாது. மஸ்கட்டில் நடந்த ஓர் இரவுவிருந்தில் வெள்ளைக்காரர்களும் சில அரசக்குடும்பத்தினரும் பார்த்துக் கொண்டிருக்கும் போதே, அத்தை தனது தட்டில் சோற்றைப் பரிமாறி, கைகளால் பிசைந்து உருண்டைகளாக்கித் தின்றதாகத் தாய்மாமன் ஒருமுறை கூறினார்.

தாய்மாமன் சில நடத்தை முறைகளுக்கு முக்கியத்துவம் தந்திருந்தார்'' என்றான் ஹரி.

''சோற்றை உருண்டைகளாக்கி உண்பது பெரியதொரு தவறாக நான் கருதவில்லை. திருவனந்தபுரத்தில் நாகரிகச் செல்வந்தர்கள் வெள்ளைச் சர்க்கரையைப் போல சுத்திகரிக்கப்பட்டவர்கள். ஆனால், சர்க்கரை தித்தித்தாலும் உட்கொள்பவனின் உடல்நலத்திற்குக் கேடு விளைவிக்கக் கூடியது.'' என்றேன்.

''நாகரிகத்திற்கும் மரபார்ந்த வழக்கங்களுக்கும் பொது மரியாதைகளுக்கும் நீ முக்கியத்துவம் தருவதில்லை என்பது உறுதியானது. அதனால்தான் தாராவை வன்புணர்வு செய்யுமாறு உபதேசம் தந்தாய்.'' ஹரி கசப்பான புன்னகையை எனக்கு வழங்கினான்.

''இங்கு மலிவாக இருக்கக்கூடியதும் என்னால் சகிக்க முடியாததுமான ஒன்றுண்டு.போலித்தனம். பொய் சொல்லியும் பரப்புரை செய்தும் புன்னகையைத் தூவியும் ஜனங்கள் மற்றவர்கள் மீது செல்வாக்கு செலுத்துகிறார்கள். நிஜமாகவே அநாகரிகமான முகத்தை வரவேற்கிறேன். தாராவின் இரண்டாவது தாயார் நேற்று என்னிடம் மனம் திறந்து சொன்னாள். அவளுக்கு இறந்து போன கணவனிடம் உடல்ரீதியான எந்தவித ஈர்ப்பும் இருக்கவில்லையென்று. அவர் படுக்கைக்கு வந்து சேரும்போது அவளுக்கு வாந்தியெடுக்கத் தோன்றுமாம். பாவம் பெண். அவள் என்னிடம் கேட்டாள்: ''கணவனுடன் சினேகமின்றி படுத்து, அதன் மூலமாகப் பிறக்கும் குழந்தைக்கு மனரீதியான குறைபாடுகள் உண்டாகுமா என்று?''

''அவரை நேசிக்க இயலாவிடில் எதற்காக அவருடன் வாழ்ந்தார்கள்? அவருடைய சொத்துகளையும் பொருட்களுக்கும் ஆசைப்பட்டு தானே?'' ஹரி குரலுயர்த்திக் கேட்டான்.

''செல்வம் தருகின்ற பாதுகாப்புக்காகவே பெரும்பாலான பெண்கள் பத்தினித்தனத்தைப் பின்பற்றுகிறார்கள். ஹரி ஒரு ரியலிஸ்டிக்காக மாற வேண்டும். இல்லையெனில் கடைசியில் உண்மையைக் கண்டறியும் போது நெஞ்சு வெடித்து இறந்து விடுவீர்கள்.'' என்றேன்.

''நீயொரு அறிவாளியான ரியலிஸ்ட் என்றால் எனக்கும் தாராவுக்குமிடையே வளர்ந்து வரும் உறவைப் பற்றி ஒரு விளக்கம் கொடு. தாரா என்னை நேசிக்கத் தொடங்கி விட்டாளா? அவள் மீண்டும் ராமன்குட்டியுடன் அமெரிக்காவுக்குத் திரும்புவாளா?'' ஹரி கேட்டான்.

சாலையின் இருபுறங்களில் அமைக்கப்பட்டிருந்த விளக்குகள் அவனது விழிகளில் எதிர்பார்ப்பின் தழல்களைப் போல பிரதிபலிப்பதை ஆர்வமாகக் கவனித்தேன்.

''தாரா உங்களைக் காதலிக்கவில்லை.'' என்றேன்.

''காதலிக்கவில்லை என்றால் அவளை முத்தமிடும்போது எதிர்ப்பைத் தெரிவிக்காதது ஏன்?'' ஹரியின் குரல் கோபத்தில் கலந்து அதிர்வதாக எனக்குத் தோன்றியது.

''நேசிக்கும் பெண்ணின் உணர்ச்சிகள் எதையும் தாரா வெளிப்படுத்தவில்லை. நேசிக்கும் பெண்ணின் மேலுதடு

வேர்த்திருக்கும். அவள் வீணாகக் கூந்தலை விரல்களால் அளைந்து கொண்டிருப்பாள். அவளது ரவிக்கையின் கக்கங்கள் நனைந்திருக்கும். அவள் களைப்புடன் இருப்பதைப் போல கொட்டாவி விடுவதையும் காணலாம். தாராவுக்கு வேர்க்கவில்லை. அவளது காதல் வெளிப்பாடுகள் வெறும் புறவயமானவை.'' என்றேன்.

''தாராவை நீ புரிந்து கொள்ளவில்லை. அவள் எனது குழந்தையைப் பிரசவிப்பாள். என்னுடன் இங்கு வசிக்கத் தொடங்குவாள்.'' என்றான் ஹரி.

நான் பலமாகச் சிரித்தேன்.

''ஹரியின் கைகள் நடுங்குகின்றன. காரை நான் ஓட்டுகிறேன்.'' என்றேன்.

''எனது கைகளுக்கு எந்த நடுக்கமும் இல்லை. உஷாவின் கற்பனை மலையேறுகிறது. ராமன்குட்டியைப் போன்ற ஒரு தடிமாட்டின் மனைவியாக வாழ்நாள் முழுவதும் காலம் தள்ள வேண்டுமென நீ விரும்புகிறாயா?'' ஹரி ஆவேசமாகக் கேட்டான். கார் என் வாசலில் செருமியபடி நின்றது. காரிலிருந்து வெளியே வந்தேன்.

''உள்ளே வருகிறீர்களா? அம்மா நமக்கு காபி தயாரித்துத் தருவாள்.'' என்றேன். ஹரி என்னை எதிர்கொள்ளவில்லை. ஹரி என்னை நேராகப் பார்க்கவில்லை. அவன் திரும்பிச் செல்ல அவசரம் காட்டுவதாகத் தோன்றியது.

''தடி மாடாக இருக்கலாம். ஆனால், ராமன்குட்டியைப் போன்ற அறிவாளியைக் கணவனாக அடைய ஆசைப்படாத இளம்பெண்கள் இருக்க மாட்டார்கள்.'' உரக்கச் சொன்னேன்.

"அறிவாளி, மண்ணாங்கட்டி! அவன் ஆண்மையற்றவன்.'' காரில் அமர்ந்தபடி ஹரி அறிவித்தான்.

நான் குளித்து முடித்து வெளியே வந்தபோது அம்மா கேட்டாள்:

"ஹரி ஏன் சீக்கிரமாகக் கிளம்பி விட்டான்?''

அம்மா ஹரியிடம் உரையாட மிகுந்த அக்கறை காட்டுவாள். அந்த இளைஞனைத் தனது வருங்கால மருமகனாக மட்டுமே கண்டாள்.

"அம்மா, மனக்கோட்டைகளைக் கட்டாதீர்கள். அந்த ஆள் திரும்பவும் தனது முறைப்பெண்ணுடன் காதலுறவைத் தொடங்கி இருக்கிறான்.'' என்றேன்.

"உன்னுடைய தவறின் காரணமாகவே அவன் அப்படி நடந்து கொண்டான். உங்கள் இருவரின் உரையாடல்களை நான் ஒதுக்கி நின்று கேட்டிருக்கிறேன். நீ எப்போதும் அவனிடம் சண்டையிடுவாய். அந்தச் சண்டை அலுத்த போது ஹரி உன்னை கைவிட தீர்மானித்தான்.'' என்றாள் அம்மா.

நான் உரக்கச் சிரித்தேன்.

"நான் ஹரியைக் காதலிக்கவில்லை. அவனது மனைவியாக ஆசைப்பட்டதும் கிடையாது.'' முணுமுணுத்தேன்.

"ஆசையில்லையெனில் நீ அவனது காரில் பயணிப்பது எதற்காக?'' அம்மா கேட்டாள்.

"எனக்குச் சொந்தமாக கார் இல்லாத காரணத்தால்.'' என்றேன்.

கமலாதாஸ்

6

மறுநாள் நானும் ஹரியும் தாராவும் ராமன்குட்டியும் கோவளத்திலுள்ள அசோக் ஹோட்டலில் ஒரு மணிநேரம் நீந்தினோம். தாராவின் சலனங்களுக்கு வசீகரிக்கக் கூடிய ஒரு தாளம் இருந்தது. அவள் தண்ணீரில் மல்லாந்து கிடந்து நீளமான இமைகளைக் கொண்ட விழிகளால் வானத்தை ஏறிட்டபோது, ஹோட்டலின் பிற வாடிக்கையாளர்கள் கூச்சப்படாமல் அவளது பேரழகை ரசித்தார்கள். அடிக்கடி வாயிலிருந்த தண்ணீரைத் துப்பிக் கொண்டிருந்த ராமன்குட்டி என்னிடம் கூறினான்:

"இந்த வாழ்நாளின் ஞாபகங்களும் அறிவுகளும் மட்டுமே மனித மூளையில் என்கோட்(Encod) செய்து சேகரித்து வைக்கப்பட்டுள்ளன. விலங்கு மனிதனாக உருவாவதற்கு முன்பு கற்றப் பாடங்களும் இந்த மூளை என்கிற கம்ப்யூட்டரில் இருக்கும். இயற்கையுடன் இயைந்து வாழ்வதற்கான பாடங்கள். லட்சக்கணக்கான பெரும் பாடங்களை மனிதனின் மூளையிலிருந்து ஒரு கணினிக்கு தறவிறக்கம் செய்து ஓர் ஆய்வை மேற்கொண்டால் நாம் ஒரு அழிவற்ற மனிதனைப் படைக்கலாம். மனிதனால் படைக்கப்பட்ட புத்தகங்களைப் போல. அந்தக் கோணத்தில் சிந்திக்கும் போது அறிவியலின் எல்லையின்மை நமக்கு விளங்கும்."

ராமன்குட்டியின் கண்கள் சிவந்திருந்தன.

''இதுவரை நீந்தியது போதாதா? நாம் சென்று உணவருந்தலாம்.'' என்றேன். இப்போதும் தாராவும் ஹரியும் ஒருவரையொருவர் பார்த்தபடி அந்த நீலவெளிச்சத்தில் பாதி நீரில் மூழ்கிக் கிடந்தார்கள். ''இவர்கள் நீர்நாய்களைப் போல ஆகிவிட்டார்களே.'' அவர்களைப் பார்த்து ராமன்குட்டி கூறினான். நாங்கள் ஆடையை மாற்றி உணவறையை அடைந்தபோது தாராவும் ஹரியும் அங்கு வரவில்லை.

''தாரா எங்கே இருக்கிறாளெனக் கேட்கட்டுமா?''

ராமன்குட்டியிடம் கேட்டேன்.

அவன் தலையாட்டினான். ''அவள் சின்னக்குழந்தை இல்லையே. அவளுடன் ஹரி என்கிற ஒரு பாதுகாவலனும் இருக்கிறான். வா, உஷா. நாம் உணவு ஆர்டர் செய்யலாம்.'' என்றான் ராமன்குட்டி. சற்றும் சந்தேகப்படாத அந்த இயல்பு என்னை ஈர்த்தது. அவனது அழகின்மை மெல்ல மெல்ல ஆணழகாக உருபெற்று வருவதை உணர்ந்தேன். ராமன்குட்டி பணியாற்றிய இடத்தில், கடந்து ஐந்து வருடங்களாக நடத்திய அறிவியல் ஆய்வுகளின் விவரங்கள் என்னை நிஜமாகவே மலைக்க வைத்தன.

''அமெரிக்காவில் அறிவாளிகளுக்காகப் பல கதவுகள் திறந்து கிடக்கின்றன. நான் அதிர்ஷ்டசாலி.'' என்றான் ராமன்குட்டி.

உணவருந்தி முடித்தப் பின்பும் ராமன்குட்டியும் தாராவும் அங்கு வந்து சேரவில்லை.

''அவர்கள் மீண்டுமொரு மேட்னி காட்சிக்குப் போயிருப்பார்கள். தாரா சொல்லியிருந்தாள். ஏதோவொரு

மலையாளப் படத்தை இன்று பார்க்க இருப்பதாகக் கூறியிருந்தாள்.'' ராமன்குட்டி சொன்னான்.

எனக்கு அவனது கண்களை எதிர்கொள்ள தயக்கமாக இருந்தது. தாரா அவனுக்குத் துரோகமிழைத்து ஹரியின் காதலியாக வேண்டுமெனக் கருதினேன். ராமன்குட்டியைப் போன்ற அறிவாளி, கணவனாகக் கிடைத்தப் பின்பும் ஹரியைப் போன்ற ஒரு பலவீனனுடன் படுக்கையைப் பங்கிடும் அந்தப் பெண் மீது எனக்குக் கடும் வெறுப்பு தோன்றியது.

''சரி இனி நாம் திரும்பலாம். ஹரி காரை எடுத்துப் போயிருப்பான். ஒரு டாக்ஸியில் உன்னை வீட்டில் விட்டு விடுகிறேன். உஷாவின் அம்மாவை அறிமுகம் செய்து கொள்ள என்றோ முடிவெடுத்திருந்தேன்.'' ராமன்குட்டி சொன்னான்.

எனது வீட்டில் ஒரு கோப்பை தேநீர் அருந்துவதற்கான நேரத்தை மட்டுமே ராமன்குட்டி செலவழித்தான். அவன் விடைபெற்றுச் சென்றதும் கட்டிலில் மல்லாந்து படுத்தேன்.

திடீரென்று ஹரி என் அறைக்குள் பிரவேசித்தான். அவன் வேர்த்து விறுவிறுத்து முகம் சிவந்து காணப்பட்டான். உணர்ச்சிகள் கொந்தளிக்க நிலைகுலைந்து விழுந்தான்.

''அவளது முலைகளுக்கிடையில் உலோகத்தாலான ஒரு ஜிப் உள்ளது. அதைக் கீழ்நோக்கி இழுத்தபோது அந்த வயிற்றில் கடிகாரத்திற்குள் காணக் கூடிய சக்கரங்களையும் சிறு இயந்திரங்களையும் பார்த்தேன். அவளது லோலாக்கின் சிவப்புக்கல், எரியும் பல்ப் ஆனது. அவளிடமிருந்து பீப் பீப் என்கிற ஓர் ஒலி கேட்டது...''

"அவள் தாரா இல்லை. இந்த இயந்திர பொம்மை என்னுடைய தாரா இல்லை.'' அவன் மூச்செறிக்கக் கூறினான். அன்று, முதல்முறையாக ஹரியை எனது அரவணைப்புக்குள் பாசத்துடன் தழுவிக் கொண்டேன். எனது இதயம் கடிகாரத்தைப் போல அதிவேகமாகத் துடிக்கத் தொடங்கியது.

1992

தொலைந்து போன நீலாம்பரி

முப்பத்து மூன்று வருடங்களுக்குப் பிறகு தொலைந்து போன எதையோ தேடி மதுரைக்கு வந்து சேர்ந்தாள் அறுவைச் சிகிச்சை நிபுணர் டாக்டர் சுபத்ரா தேவி. நீங்கள் தொலைத்தது என்னவென்று யாரேனும் கேட்டால் அக்கேள்விக்குத் திருப்திகரமான பதிலளிக்க சுபத்ராவுக்கு இயலாது. இந்த மறுவருகையின் நோக்கம் முன்னர் எப்போதோ இந்நகரத்தில் அனுபவிக்க நேர்ந்த வேதனையைத் தேடுவதாக இருக்குமோ? சாக்கு போக்குகளைக் கூறி நோயாளிகளையும் மருத்துவமனைப் பொறுப்பாளர்களையும் நம்ப வைத்து, காரோட்டியைக் கூட தவிர்த்து இந்த நெடுந்தூரப் பயணத்திற்கு முன்வந்ததற்கான நோக்கம் அந்த வேதனையின் இனிமையைத் தேடுவது மட்டுமல்ல? அறுவைச்சிகிச்சையில் நீக்கப்பட்ட உடல் உறுப்பைத் தேடி யாரேனும் மருத்துவமனைக்குச் செல்வார்களா? ஒருபோதுமில்லை. இந்தப் பயணம் தனது பேதமையையே வெளிப்படுத்துகிறது... சுபத்ரா தேவி உள்ளூரச் சொல்லிக் கொண்டாள்.

மதுரையை விட்டு சென்னைக்குப் படிக்க வந்தபோதும் பின்னர் கணவனுடன் கோழிக்கோட்டில் வசித்தவேளையிலும் மதுரை என்கிற நகரம் ஒளிமங்கிய ஒரு கனவைப் போல சுபத்ராவுக்குள் தங்கியிருந்தது. மல்லிகை, பிச்சி, சாமந்தி, காட்டுத்துளசி, பூக்கள் மணக்கும் தெருக்களும், துணி வாசம் வீசும் ஜவுளிக்கடைகளும், மீனாட்சியம்மன் கோயிலின் குளிர்ந்த மினுமினுப்பான உள்தளங்களும், எள் ஹோமத்திற்கான விளக்குத் திரிகளும், மாலைவேளையில் தனது குருநாதன் ஆலாபித்த நீலம்பாரியும் சுபத்ராவின் மனதில் சிரஞ்சிவிகளாக வாழ்ந்தன. அந்த நினைவுக் குளத்திலிருந்து ஒவ்வொரு களையாகப் பறித்து நீக்க அவளது கணவர் பலமுறை முயன்றிருக்கிறார். அந்த நினைவுகள் அவளுக்குள் எஞ்சியிருக்கும் வரை தனக்குச் சொந்தமாக மாட்டாளென்று அவர் அஞ்சினார்.

"மதுரையைப் பத்தி பேசறபோது சுபத்ரா நீ வேறொரு ஆளா மாறிப் போயிடறே." என்றார் அவர். தனக்கு இசை கற்றுத் தந்த இளைஞனைப் பற்றி சுபத்ரா அரிதாகவே குறிப்பிடுவாள். இருப்பினும் குருவுக்கும் சிஷ்யைக்குமான அந்த உறவு கணவன் மனைவிக்கிடையே கரிய நிழலாகப் படிந்திருந்தது.

"உண்மையைச் சொல்லு, நீ வேறே யாருக்காவது காதலியாக இருந்ததுண்டா?" கணவர் கேட்டார்.

"கல்யாணம் ஆகற வரைக்கும் நான் கன்னிகையாக இருந்திருந்தேன்." என்றாள். அவள் அந்த நிஜத்தைப் பெருமையாக வெளிப்படுத்தவில்லை. கன்னிமை இழக்காமல் இருந்ததை ஒரு துரதிர்ஷ்டமாகக் கருதுகிறேன் என்கிற தொனி அவளது குரலில் இருந்தது. கணவர் வருத்தமடைந்தார்.

டாக்டர் சுபத்திரா தேவியும் அவளது கணவர் சந்திரசேகர மேனோனும் ஆதர்சத் தம்பதிகளென்று உற்றார் உறவினர்கள் பகிரங்கமாகக் கூறியபோது சுபத்ரா அந்தக் கூற்றை மறுக்கவில்லை. அந்தக் கூற்றில் உவப்படையவுமில்லை. மனதில் புலப்படாத மூலையில் அனுபவிக்க நேர்ந்த உணர்வின்மையுடன் கணவனோடு இணை சேர்ந்தாள். வெறுப்பை வெளிக்காட்டாமல் ஒரு மேல்சாதி இந்து பெண்ணின் இல்லறக் கடைமைகளை இரவும் பகலும் நிறைவேற்றினாள். இருப்பினும் கணவர் புகார் தெரிவித்தார்.

''உன் நோயாளிகள்கிட்ட மட்டும்தான் நீ நூறு சதவீதம் ஆத்மார்த்தமாக இருக்கறே. சிகிச்சை தர்றவனுக்கும் சிசிச்சை பெறுகிறவனுக்குமான உறவை மட்டுமே நீ புரிஞ்சு வெச்சிருக்கே. எனக்கு உன் நோயாளிங்க மேல கடுமையான பொறாமை.''

அந்த வார்த்தைகள் அவளை அச்சுறுத்தின. மனைவி என்கிற நிலையில் நான் தோற்று விட்டேனோ? பெண் என்கிற நிலையில் முழுமையற்றவளா?

தனது சிரைகளுக்குச் சூடேற்ற கணவனால் இயலவில்லை. சுபத்ரா யோசித்தாள். சாஸ்திரிகள் நீராடும் கோயில்குளத்தில் அவரது அக்கா மகளும் தனது உற்றத் தோழியுமான ஞானம்பாளுடன் நீந்த சென்றபோது, தண்ணீரைக் குடித்து முங்கி அமிழ்ந்ததை மீண்டும் நினைத்துப் பார்த்தாள். ஞானத்தின் கூக்குரலைக் கேட்டு அவர் நீந்தி வந்து தன்னை அள்ளியெடுத்துக் காப்பாற்றியதையும் நினைவுகூர்ந்தாள். அவர் தன்னை மார்போடு அணைத்து நீந்தியபோது உடல் நீர்ச்சுழலைக் கொண்ட சமுத்திரமாக மாறியது. ஊஞ்சலில் இருந்து சட்டெனத் தாழ்வதைப்

போன்றதொரு உணர்வு அடிவயிற்றில் எழுந்தது. காமத்தின் முதல் தாக்குதல் அதுவாக இருக்குமா? பூணூல் ஒட்டிக்கிடக்கும் அந்த மார்பின் ஸ்பரிசத்தை மீண்டும் பெற எத்தனை முறை ஏங்கியிருக்கிறாள். வியர்வையில் நனைந்த செந்தூரப் பொட்டும் கழுத்தில் அணிந்திருந்த ஒற்றை உத்திராட்சமும் அவளது கனவுகளில் பிரவேசித்தன. திருமணத்திற்குப் பிறகும் அந்தச் செந்தூரப் பொட்டு நினைவுகளில் இருந்தோ கனவுகளிலிருந்தோ அழிந்து போகவில்லை.

சுபத்ராவின் அப்பா மதுரையில் கண்நோய் நிபுணராகப் பணியாற்றி வந்தார். ராமானுஜம் சாஸ்திரிகளின் மடத்திற்குச் சென்று இசை பயின்று வருவதாகத் தோழிகள் கூறினார்கள். அந்த வகுப்பில் சேர்ந்து படிக்க சுபத்ராவுக்கும் அனுமதி தந்தார் அப்பா. தனது பிரியத்திற்குரிய தோழி ஞானம்பாளின் தாய்மாமன் தான் சாஸ்திரிகள் என்று சொன்னபோது மாலைநேரத்தில் அவளை மடத்திற்கு அனுப்ப அப்பாவுக்கு எந்தத் தயக்கமும் இருக்கவில்லை. ஞானத்துடன் மடத்திற்குப் போக வேண்டும். ஒன்றாகத் திரும்ப வேண்டும். அவ்வளவுதான்.

ஞானம் வெள்ளாட்டின் முகத் தோற்றத்தைக் கொண்ட ஓர் இளம் பெண். வாய்ப்பு கிடைக்கும் போதெல்லாம் சுபத்ராவை 'தடிச்சி' என்று கூப்பிட்டுக் கேலி செய்வாள். சுபத்ரா அணியும் உடைகளின் அடர்நிறங்கள் அவளது இருண்ட உடலுக்குப் பொருத்தமற்றவை என்று தொடர்ந்து சொல்வாள். சுபத்ராவின் அடர்ந்த கூந்தல் அசுரக் கூந்தல் என்று அபிப்பிராயம் தெரிவித்தாள். ஞானத்தின் கருத்துகள் சுபத்ராவிடம் தாழ்வு மனப்பான்மையை உண்டாக்கின. தான் உயர்ந்த சாதியைச்

சேர்ந்தவள் என்கிற உண்மையைச் சதாசமயமும் தோழிக்கு நினைவூட்டினாள் ஞானம்.

''நீ மீனும் இறைச்சியும் தின்பவள் ஆச்சே? சங்கீதத்தோட முழுத் திறமை உனக்கு ஒருநாளும் கைவராது. இறைச்சியைத் தின்னுற நாக்குக்கு கீர்த்தனைகள் வளைஞ்சுக் குடுக்காது.'' என்றாள் ஞானம்.

அந்த உரையாடலுக்குப் பிறகு சுபத்ரா சைவ உணவுக்கு மாறினாள். மகளின் உணவுமுறையில் திடீரென ஏற்பட்ட மாற்றம் பெற்றோர்களை வியப்பில் ஆழ்த்தியது. பொரித்த மீன் இல்லாமல் உணவு உண்ண தயங்கும் சுபத்ரா தயிர்சாதமும் ஊறுகாயும் ருசித்து உண்கிறாள்?

ஞானத்துடனான நட்பின் காரணமாக பிராக் அணிவதை நிறுத்திக் கொண்டாள். பாவாடையும் தாவணியும் மட்டும் அணிந்தாள். கூந்தலை வளர்த்தாள். மாலைவேளைகளில் கூந்தலில் மல்லிகைப் பூ சூடத் தொடங்கினாள். எப்போதும் அவள் நாக்கில் ராகங்கள் உதிர்ந்து கொண்டிருந்தன.

ஒருநாள் ராமானுஜம் சாஸ்திரிகள் தனது வயதான தாயருடன் கண் சிகிச்சை நிலையத்திற்கு வந்தார். அம்மாவுக்கு கண்புரை நோய். அவளது அறுவைச் சிகிச்சைக்காக சுபத்ராவின் அப்பாவை நாடினார் சாஸ்திரிகள்.

''நான் சுபத்ராவுக்குப் பாட்டுச் சொல்லித் தர்ற சாஸ்திரிகள்.'' அவர் சுய அறிமுகம் செய்து கொண்டார்.

பாகவதர் முதியவராக இருப்பாரென்று சுபத்ராவின் அப்பா கருதியிருந்தார். இந்த இளைஞன், புராண இதிகாசங்களிலிருந்து

எழுந்து வந்த ஓர் ஆண்சிங்கமென சுபத்ராவின் அப்பாவுக்குத் தோன்றியது. இந்தப் பிராமணப் பேரழகனின் மடத்திற்குத் தான் ஒவ்வொரு மாலைநேரமும் தனது மகள் சென்று வந்தாளா?

அவளிடம் வந்து சேர்ந்திருந்த மாற்றங்கள் அக்கணம் அவரது நினைவுக்கு வந்தன. பிடிவாதம் பண்ணி மூக்குத்தி அணிந்ததும், மாலைநேரங்களில் கூந்தலுக்குப் பூச்சூடியதும், புதிய ஆடை முறையும், சைவ உணவு மீதான ஈடுபாடும்... இவை ஒவ்வொன்றும் மகள் குருநாதனைக் காதலித்ததற்கான அடையாளங்களாக அவருக்குத் தெரிந்தன. எப்படி ஈர்க்கப்படாமல் இருப்பாள்? பதினாறு வயது மட்டுமேயான களங்கமற்ற இளம்பெண், குருநாதனின் கட்டளைக்கிணங்க மாறியிருப்பாள். அவன் அவளை வசீகரித்திருப்பான்.

அப்பா கூறினார்: "நாளைலேர்ந்து சுபத்ரா பாட்டுக் கத்துக்க வர மாட்டாள். சாயங்காலம் வீட்டுக்குத் திரும்பறப்ப அவளை நாய் கடிச்சிடும்னு நெனைச்சு எனக்கு தூக்கம் வர்றதில்ல.''

ஞாயிற்றுக்கிழமைகளில் வீட்டுக்கு வந்து அவளுக்கு இசையைக் கற்றுத் தருவதாகப் பணிவுடன் கூறினார்.

"வேண்டாம். சுபத்ராவை மெட்ராஸுக்குக் கூட்டிட்டுப் போய் காலேஜ்ல சேர்க்க ஆசைப்படறேன்.'' என்றார் சுபத்ராவின் அப்பா.

அவ்வாறு சுபத்ரா சென்னைக்கு வந்தாள். காதல் துயர் கொண்ட மனமும் விரக தாபமுமாக அங்கு வசித்தாள். மருத்துவப்படிப்பில் சேர்ந்து சுயமுயற்சியால் மருத்துவராகி வீட்டுக்குத் திரும்பினாள்.

அவ்வருடமே அவளுக்குத் திருமணம் நடத்த முடிவு செய்யப்பட்டது. அப்பா தேர்ந்தெடுத்த மணமகன். செல்வந்தன். உயர் கல்வி கற்றவன். அவள் எதிர்க்கவில்லை.

அதற்குள்ளாக சாஸ்திரிகள் தனது முறைப்பெண்ணைத் திருமணம் செய்து கொண்டார். ஞானம் பிறந்த நாளன்றே அத்தகைய ஓர் உறவு வேண்டுமென்று குடும்பத்தினர் தீர்மானித்திருந்தார்கள். திருமணம் முடித்த ஞானம் புதிய பட்டுச்சேலையை உடுத்தி, கன்னங்களில் பச்சை மஞ்சளைத் தேய்த்து சுபத்ராவைச் சந்திக்க வந்தாள். அவள் நிறைவாகக் காணப்பட்டாள். சாஸ்திரிகள் தன்னிடம் காட்டும் பாசத்தைப் பற்றி ஞானம் கூறத் தொடங்கியபோது சுபத்ரா அவளது வாயைப் பொத்தினாள்.

''எனக்கு இந்த மாதிரியான ரகசியங்களைக் கேட்கறதுக்கு விருப்பம் கொடையாது.'' ஞானத்திடம் கூறினாள்.

''உனக்கு என்கிட்ட பொறாமை தோணுது தானே? நீ அவரை சொந்தமாக்க ஆசைப்பட்டிருந்த விஷயம் எனக்குத் தெரியும்.''

''இந்த மாதிரியான அபாண்டங்கள் சுமத்தறது பெரும் பாவம்! எனக்கு சாஸ்திரிகள்கிட்ட ஒரு சிஷ்யைக்குத் தோணுற பக்தியும் மரியாதையும்தான் இருந்தது.'' என்றாள் சுபத்ரா.

ஞானம் உரக்கச் சிரித்தாள்.

''உன்னோட பக்தியும் மரியாதையும் எனக்குத் தெரியும். அவர் உன்னைத் தண்ணீர்லேர்ந்து காப்பாத்தினப்ப நீ அவர் உடம்பை இறுக்கிப் பிடிச்சதைப் பார்த்தேன். முங்கிச் சாகற யாரோட

கைகளுக்கும் காப்பாத்தறவனைக் இறுகக் கட்டியணைக்க முடியாதே.'' என்றாள் ஞானம்.

''நீ புரளி சொல்லிப் பரப்பாதே. என் கல்யாணம் நிச்சயம் ஆயிடுச்சு.'' சுபத்ரா முனகினாள்.

தனது படுக்கையறை ரகசியங்களை ஒவ்வொன்றாக சகத் தோழியிடம் பகிர்ந்து கொள்ள வேண்டுமென்று ஞானம் கூறியபோது ஏமாற்றத்துடன் அறையிலிருந்து எழுந்து சென்றாள். சாஸ்திரிகளைச் சந்திக்கவோ அவரைத் திருமணத்திற்கு அழைக்கவோ சுபத்ரா முற்படவில்லை.

2

சுபத்ராவின் கணவர் அவளது அன்பற்ற நடவடிக்கையை விமர்சித்தார். சிகிச்சையறைக்கு வரும் நோயாளிகளோ நோயாளிகளின் உதவியாளர்களோ நோய் விவரங்களைக் கடந்து ஓரிரு வார்த்தைகளைப் பேசுவதற்குள் நிம்மதியிழந்து நடைக்கூடத்தில் உலாவத் தொடங்குவார். அந்தக் காலடியோசையைக் கேட்டு நோயாளிகள் அமைதியடைவார்கள்.

சந்திரசேகர மேனோன் தனது மனைவியின் நோயாளிகளிடம் ஒருபோதும் உரையாடியதில்லை. அவர்களில் பரிச்சயமானவர்களிடம் கூட பேசியதில்லை. தனது மனைவியை தன்னிடமிருந்து அகற்றக் கூடிய எதிரிகளாக அவர்களைக் கண்டார். சுபத்ராவும் அவரும் சேர்ந்து டி.வி. பார்ப்பது, பரஸ்பரம்

புத்தகங்களைப் படித்துக் காட்டுவது, நடைப்பயிற்சிக்குச் செல்வது, மாலைநேர கார் சவாரி மேற்கொள்வது போன்றவை அவரது விருப்பங்களாக இருந்தன. ஆனால் கிளினிக் எதிரில் வரிசையாக ஜனக்கூட்டம். ஃபோன் சதாசமயமும் ஒலித்துக் கொண்டிருந்தது. மருத்துவமனைகளிலிருந்து அவசரச் செய்திகள் வந்த வண்ணமிருந்தன. உடனடி அறுவைச் சிகிச்சை தேவைப்படும் பெரும் விபத்துகளைப் பற்றி, மருத்துவமனையைச் சேர்ந்தவர்கள் சுபத்ராவுக்கு நினைவூட்டினார்கள். சிலசமயம் சுபத்ரா உறங்கிக் கொண்டிருக்கும் போது மேனோன் கூறுவார்: ''டாக்டர் சுபத்ரா வீட்டுல இல்லை. அம்மாவைப் பார்க்கறதுக்காக குருவாயூர் போயிருக்கார்.''

அத்தகைய பொய்கள் சுபத்ராவுக்குச் சினமூட்டின: ''என்னோட நோயாளி செத்துட்டா உங்களுக்கு நஷ்டம் கெடையாது. அப்படித்தானே?''

''சாகறதுக்கு யோகமிருந்தா நோயாளி செத்திடுவான். உன்னால அவனைக் காப்பாத்த முடியாது. டாக்டர் கடவுளை விட பெரியவனா?''

சிலவேளைகளில் ஃபோன் ஒலிக்காத அபூர்வ வேளைகளில் தூங்கிக் கொண்டிருக்கும் அந்த அழகியின் சருமத்தினுடைய கூந்தலுடைய நறுமணத்தை மேனோன் ஆவலுடன் நுகர்வார். கூந்தலில் நரையேறிய பின்பும் தனது மனைவியின் நளின அழகில் எந்த ஊறும் நிகழவில்லை என்பதை வியப்புடன் புரிந்து கொண்டார். அரவணைக்கும் போது எதிர்ப்பைத் தெரிவிக்காத அந்த மனைவி சீராட்டவோ காதலை வெளிப்படுத்தவோ ஒருபோதும் முனைந்ததில்லை.

"எனக்கு உன்னோட நோயாளிகளைப் பார்க்கற போது பொறாமையா இருக்குது." என்றார் மேனோன்.

"ஒரு டாக்டர் தன் நோயாளிகிட்ட நட்பாக இருக்கக் கூடாதா?" சுபத்ரா கணவனிடம் கேட்டாள்.

"ஒருபோதும் கூடாது. சிநேகம் கனிவு காட்ட வழி வகுத்திடும். சிசிச்சை தர்றவனுக்கும் சிசிச்சை எடுத்துக்கறவனுக்கும் அது ஆபத்தாயிடும். உன் சினேகிதனோட வயிற்றைக் கீறும்போது உன் விரல்கள் நடுக்கத்தை உணராதா?"

சந்திரசேகர மேனோன் அளந்து ஒழுங்குப்படுத்திய ஒரு வாழ்க்கை முறையைப் பின்பற்றி வந்தார். மூன்று நான்கு நண்பர்கள் மட்டுமே அவருக்கு இருந்தனர். அவர்களின் வீடுகளில் மட்டுமே உணவருந்த தயாராக இருந்தார். அவர்களை மட்டுமே தனது வீட்டுக்கு அழைப்பார். அறிமுகமானவர்களை பொதுவிடங்களிலோ கிளப்பிலோ சந்திக்கும் போது வெறுமொரு புன்னகை, மூன்று வார்த்தைகளில் அடங்கும் நலவிசாரிப்பு. அவ்வளவுதான். அறிமுகமற்றவர்களின் எதிரில் சந்திரசேகர மேனோனின் முகம் பூட்டப்பட்ட நுழைவாயிலாக மாறிவிடும்.

வருடத்திற்கொருமுறை சுபத்ரா தனது கணவருடன் குருவாயூர் கோயில் தரிசனத்திற்காகச் சென்று வருவாள். கோயில் வாயிலை நெருங்கும்போது கைநீட்டும் யாசகர்களுக்காக ஐம்பது ரூபாயை நாணயங்களாக மாற்றி மேனோன் தனது துவாலையில் பத்திரப்படுத்தி வைப்பார். அந்த நெரிசலில் சுபத்ராவின் மீது யாரும் விழாமல் இருப்பதற்காக தனது ரோமம் அடர்ந்த கைகளால் அவளைச் சுற்றி ஒரு பாதுகாப்பு வளையத்தை உருவாக்கியவாறு கோயில் நடையில் முன்னேறிச் செல்வார்.

ஐம்பது ரூபாயை யாசகர்களுக்குக் கொடுத்தப் பிறகு ஐம்பத்து ஒன்றாவது யாசகனைப் பார்த்து எரிந்து விழுவது வழக்கம். சட்டென அம்முகத்தில் அமைதி குலையும்: "போ போ ஆளைத் தொல்லைப்படுத்தாம அந்தப்பக்கம் போயிடு." மேனோன் உரக்கச் சொன்னார். கர்ப்பக்கிரகத்தில் விக்கிரகத் தரிசனத்திற்காக முயலும் போது ஆண்கள் யாரேனும் தனது மனைவியைத் தொட நேர்ந்தால் மேனோன் ஏசுவார்.

"முகத்துல கண் கெடையாதா? பெண்கள் மேலே வந்து விழறே?" அவர் கேட்பார். ஆறடி உயரம் கொண்ட ஆஜானுபாகுவாக இருந்ததால் யாரும் வாக்குவாதத்திற்கு முற்படவில்லை. ஆனால், வெட்கத்தாலும் அவமானத்தாலும் சுபத்ராவின் முகம் இருண்டு விடும்.

தங்களுக்குக் குழந்தைகள் பிறக்காத வருத்தத்தை வெளிப்படுத்தி, இறுதியாக அவளுடைய மலட்டுத்தனத்தை ஒரு ஆசியாகக் கணக்கிலெடுத்துக் கொண்டார் மேனோன்.

"கொழந்தைகளைக் கவனிக்க உனக்கு ஒருபோதும் நேரம் கெடைக்காது. உனக்கு எப்போதும் நோயாளிகளைப் பத்தின சிந்தனைதான்." என்றார்.

நோயாளிகளைச் சாபமிட்ட அம்மனிதன் இறுதியில் ஒரு நோயாளியாக மாறியபோது சுபத்ராவின் குற்றவுணர்வு அவளை நிம்மதியிழக்க வைத்தது. அவர் எதிர்நோக்கும் நீதியைத் தன்னால் கடைப்பிடிக்க இயலவில்லை என்று அவளுக்குத் தோன்றியது. அவரைக் காட்டிலும் பத்து மடங்கு பொருளீட்டத் தொடங்கியக் காரணத்தால் தன்னிடம் அகம்பாவம் வளரத் தொடங்குவதை உணர்ந்தாள்.

ஆரம்ப காலங்களில் அவரை மதித்து வந்தாள். பயந்து வாழ்ந்தாள். பழமைவாய்ந்த கண்ணியமான ஒரு குடும்பத்தைச் சேர்ந்த ஒருவர் தனக்குக் கணவராக வரவேண்டுமென்று சுபத்ரா எதிர்பார்க்கவில்லை. அவள் தமிழ்நாட்டில் வளர்ந்தவள். அம்மாவின் ஊருக்கு ஓணப்பண்டிகை நாட்களில் சென்றபோது உறவினர்கள் அவளை 'செட்டிச்சி' என்றழைத்தது சுபத்ராவுக்கு ஞாபகம் வந்தது. சந்திரசேகர மேனோன் அழகிகளைத் திருமணம் முடித்திருக்கலாம். குலப்பெருமை கொண்ட பெண்களை. மலையாளத்தைத் தமிழ் கலந்த உச்சரிப்புடன் பேசும் அவளை எதற்காக மனைவியாகத் தேர்ந்தெடுத்தார்?

ஒருமுறை கூறினார்: ''நீ திரௌபதியோட உருவ ஒற்றுமை உள்ளவள். ஆனா என்னை ரொம்பவும் வசீகரிச்சது உன்னோட பணிவு தான்.''

அந்தப் பணிவு குணம் எங்கே சென்று ஒளிந்து கொண்டது. நோயாளிகளுக்கும் அவர்களின் பாதுகாவலர்களுக்கும் கண்கண்ட தெய்வமாக மாறியபோது தன்னைக்குறித்த காரணமற்ற மதிப்பு அவளுக்குள் உதித்தது. உலகின் அச்சாணியாக மாறிவிட்டதாக ஒரு நினைப்பு உண்டானது. வீட்டைப் புதுப்பித்தாள். படுக்கையறையில் ஏர் கண்டிஷனர் வந்து சேர்ந்தது. வேலையாட்களின் எண்ணிக்கை உயர்ந்தது. கரைபோடாத விலையுயர்ந்த பட்டுப்புடவைகளை மட்டும் உடுக்கத் தொடங்கினாள். ஃபர்னிச்சர்களைப் புதுப்பித்தாள். திரைச்சீலைகளையும் தரைக்கம்பளங்களையும் புதுப்பித்தாள். புதுப்பிக்க இயலாத ஒரேயொரு பொருள் அவளது கணவர் மட்டுமே. அவர் பூந்தோட்டத்திலும் உள்கூடங்களிலும் பழைய

வேட்டியும் பனியனும் அணிந்து உலாவிக் கொண்டிருந்தார். முன்பக்க பல் ஒன்று விழுந்த வேளையில் செயற்கைப் பல்லைப் பொருத்திக் கொள்ளத் தயங்கினார்.

''பல் இருந்தாலும் இல்லாமல் போனாலும் சந்திரசேகர மேனோன் சந்திரசேகர மேனோன் தான்.'' பலமாகச் சிரித்தபடி சொன்னார். சுபத்ராவுக்கு அந்தச் சிரிப்பில் பங்கேற்க இயலவில்லை. அத்தருணத்தில் வாழ்க்கை செரிமானமடையத் தொடங்கி விட்டதாக அவளுக்குத் தோன்றியது.

மாலைவேளையில் நீராடி விட்டு, வராந்தாவில் நின்று முடியிழைகளை விரல்களால் கோதும்போது சாஸ்திரிகள் நீலாம்பரி ஆலாபிப்பதைக் குறித்து நினைவு கூர்ந்தாள். தொலைத்தூரத்தில் சூரியன் சிதை நெருப்பைப் போல எரிந்து தணியும் போது, அந்த பாடகனின் கண்களின் தீட்சண்யத்தைக் குறித்து நினைவுகூர்ந்தாள்.

''நாம மதுரை மீனாட்சியம்மன் கோயிலைத் தரிசிக்கப் போகலாம். ரெண்டு நாள் விடுப்பு எடுக்கறேன்.'' சுபத்ரா ஒருநாள் கணவனிடம் கூறினாள்.

''மலையாளிகளான நமக்கு குருவாயூர் இருக்கறபோது வேற எந்த கோயிலும் தேவையில்லே.'' என்றார் மேனோன். நோயுறுவதற்கு முன்பு அவ்வாறு சொல்லியிருந்தார். பக்கவாதம் தாக்குண்டு உடல் துவண்டு களைப்படைந்து கிடக்கும்போது மௌமாகக் கண்ணீர் வடித்துக் கொண்டிருந்தார். அவரது துயரத்திற்கான காரணங்கள் சுபத்ராவுக்குப் புலப்படவில்லை. தனது கைகளால் பிழித்தெடுத்த எலுமிச்சைச் சாற்றை எடுத்து அவரது வாயில் ஊற்றித் தருவாள். அவரது உடலை வெந்நீரில்

நனைத்து, பிழிந்த துவர்த்தால் சுத்தம் செய்தாள். டாக்டர் சுபத்ராவின் பணிவிடையைக் கண்டு வேலையாட்களும் உறவினரும் அவளது பதிவிரதத்தைப் புகழ்ந்துரைத்தார்கள்.

மூன்று நாட்கள் விடுப்பு எடுத்து கோழிக்கோட்டுக்கு வெளியே செல்வதாக மருத்துவமனையில் தெரிவித்தாள். நோயாளிகளும் உற்றாரும் பதட்டமடைந்தார்கள்.

''எதுக்காகப் பதட்டப்படுறீங்க? என்னைத் தவிர இங்கே நிறைய டாக்டர்கள் இருக்கறாங்க தானே? எனக்கு வயசாயிடுச்சு. நான் தொடர்ந்து உயிரோட இருப்பேன்னு சொல்ல முடியாதே.'' என்றாள் சுபத்ரா.

யதார்த்தத்தில் கோழிக்கோடு நகரத்தில் மிகுந்த நற்பெயர் பெற்ற மருத்துவர் சுபத்ரா. பொருளாசையின்றி துயர்துடைக்க தொண்டாற்றிய அந்தப் பெண்மணியைச் சமுதாயம் ஆராதித்தது.

அத்தனை தொலைவு சுயமாக காரோட்டிச் செல்வதைக் கூறியபோது உறவினர்கள் அவளை உற்சாகம் குன்ற வைத்தார்கள். டிரைவரை அழைத்துச் செல்ல விருப்பமில்லையெனில் டிரைவிங் தெரிந்த ஒரு உறவினரை உடன் அழைத்துச் செல்லலாமே! அவர்கள் கேட்டார்கள்.

தனக்குத் தனிமை மிக அத்தியாவசியமாக உள்ளது என்றாள் சுபத்ரா. தனிமையையும் அமைதியையும் எதிர்பார்ப்பதாக வெளிப்படையாகத் தெரிவித்தாள்.

ஒரு விதவைக்குப் பொருந்தக்கூடிய ஆடை முறையை சிலநாட்களாகப் பின்பற்றி வந்தாள். ஆனால், மதுரைக்குச் செல்லும்போது அடர்நிற பட்டுப் புடவைகளைப் பெட்டியில்

அடுக்கி வைத்தாள். தேனிலவுக்குத் தயாராகும் மணமகளின் படபடப்புடன் சாமான்களை எடுத்து வைத்தாள். வாசனை திரவியங்கள், முத்துமாலைகள், சிவப்புக்கல் பதித்த ஆபரணங்கள்.

3

முப்பத்து மூன்று ஆண்டுகளுக்குப் பிறகு மதுரை நகரம் அந்நியத்தன்மையைப் பெற்றிருப்பதாக சுபத்ராவுக்குத் தோன்றியது. பழைய வீடுகளில் முக்கால்வாசி மறைந்து போயிருந்தன. அடுக்குமாடிக் குடியிருப்புகளில் நெருக்கியடித்து வசித்துக் கொண்டிருக்கும் மக்கள். பூக்கள் விற்கப்பட்ட தெருக்களில் வெள்ளையர்களின் பழைய உடைகளையும் வெளிநாட்டு உடைகளையும் விற்பனைக்கு வைத்திருந்த கடைகளைப் பார்த்தாள். இவளது குடும்பத்தினர் வசித்த கட்டடம் தற்போது ஒரு மழலையர் பள்ளியாக மாறியிருந்தது.

அங்கிருந்து தெற்கு நோக்கிப் பயணித்து கோயில்குளத்தையும் அதனுடைய பக்கவாட்டில் பாசிபடிந்து பொழிவிழந்து கிடந்த மடத்தையும் கண்டாள். அந்த வீட்டை நோக்கிச் சென்றாள். வாசல் படிகட்டுகள் அங்குமிங்குமாகப் பெயர்ந்திருந்தன. மூடப்பட்ட கதவைப் பலமுறை தட்டிய பின்பும் யாரும் திறக்கவில்லை. சாஸ்திரிகளும் அவரது குடும்பமும் இந்த வீட்டை விட்டு வெளியேறியிருக்கலாம். அவள் மனதிற்குள் எண்ணிக் கொண்டாள். ஆட்கள் வசிப்பதற்கான எந்தத் தடயமும் இல்லை. வீட்டு வளாகத்தில் புற்களும் முள்செடிகளும் வளர்ந்திருந்தன.

அவள் திரும்புவதற்காகப் படிகளில் இறங்கியபோது கேட்டைத் திறந்து ஒரு முதிய உருவம் அருகில் வந்தது. அது ஞானம்பாள். அந்தப் பெண்ணுக்கு ஐம்பது வயதிருக்கும். ஆனால், எழுபது வயதின் தோற்றத்தைத் தரும். உடல்குறைபாடுகளை ஞானத்திடம் கண்டாள் சுபத்ரா. அவள் பதைபதைத்தாள். ஞானத்திற்கு என்ன ஆயிற்று? கூந்தல் உதிர்ந்து வழுக்கை விழுந்த தலையும் நரம்புகள் துருத்தி நிற்கும் கைகளும் ஒட்டிய கன்னங்களும் வார்த்தைகளைக் குழற வைக்கும் பற்களும் அந்தப் பெண்ணைக் கோர உருவமாக்கி மாற்றியிருந்தன. வெளுத்த சேலையை உடுத்த ஓர் எலும்புக்கூடு.

''யார்?'' ஞானம் கேட்டாள்.

''என்னை அடையாளம் தெரியலையா? நான் சுபத்ரா. உன்னுடம் சாஸ்திரிகள்கிட்ட சங்கீதம் படிக்க வந்தவள்.'' என்றாள் சுபத்ரா.

''சுபத்ராவா?'' ஞானம் கேட்டாள்.

''ஆமாம். சாஸ்திரிகள் எங்கே? மதுரைக்கு வந்தபோது உங்க ரெண்டு பேரையும் சந்திக்கணும்னு நெனைச்சேன். முப்பத்து மூணு வருஷங்களுக்குப் பெறகு மதுரையைப் பார்க்கறேன்.''

''மீனாட்சியம்மன் கோயிலுக்குப் போய்த் தரிசனம் பண்ணினாயா?'' ஞானம் கேட்டாள்.

''இல்லே. இப்பதான் வர்றேன். உன்னையும் சாஸ்திரிகளையும் சந்திச்சிட்டு, அப்புறமா ஹோட்டலுக்குப் போய்க் குளிச்சு தரிசனம் நடத்தலாம்னு தீர்மானம் பண்ணியிருந்தேன்.'' சுபத்ரா சொன்னாள்.

''நீ தாமதமாக வர்றே. சாஸ்திரிகள் இறந்திட்டார். டைபாய்ட்

காய்ச்சல். இறந்து கிட்டத்தட்ட ஒரு வருஷமாகப் போகுது.'' என்றாள் ஞானம்.

"நான் தினசரியில பார்க்கலையே?'' சுபத்ரா வியப்பை வெளிப்படுத்தினாள்.

"சாஸ்திரிகளோட மரணம் தினப் பத்திரிகைகள்ல் அச்சடிக்க வேண்டிய செய்தி கெடையாதே. அவர் சாதாரண பாகவதர். பிரசித்தியையும் பணத்தையும் சம்பாதிக்கற அதிர்ஷ்டம் இருக்கலை. சிக்கனமாக வாழ்ந்தார். சிக்கனமாக இறந்து போனார். குழந்தைகள் இல்லாததைப் பத்தி நான் புகார் சொன்னபோது சொன்னார். 'எல்லா சிஷ்யர்களும் எனக்குக் குழந்தைகள் தான். எந்த ஆபத்து வேளையிலும் அவர்கள் நமக்கு உதவுவார்கள்.' ஆனா நடந்தது என்ன? பழைய சீடர்களுக்குக் கடிதங்கள் எழுதித் தபாலில் போட்டேன். யாரும் பதில் எழுதலை. யாரும் பணம் அனுப்பத் தயாராக இருக்கலை. சிசிச்சைக்குக் கூட பணம் போதலை.'' ஞானம் தழுதழுத்தக் குரலில் கூறினாள்.

சுபத்ரா ஞானத்தைக் கட்டியணைத்தாள். அவளது ஜாக்கெட்டின் வியர்வை நாற்றம் அவளுக்குச் சகிக்க இயலாததாக இருந்தது. நாட்கணக்கில் குளிக்காதவர்களின் உடல்நாற்றம் ஞானத்திடமிருந்து வெளிப்பட்டது. சுபத்ராவின் மனதில் புயற்காற்றுகள் எழுந்தன. விரைவாக ஹோட்டல் அறைக்குச் சென்று உரக்க அழுது, அந்த அழுகையில் நிம்மதியடைய வேண்டுமென அவளுக்குத் தோன்றியது.

"நான் என்ன உதவியை உனக்குச் செஞ்சுத் தரணும்?'' அவள் ஞானத்திடம் கேட்டாள்.

''இனி எனக்கு என்ன உதவி தேவை? எதுவும் வேண்டாம். முதல் தடவை நான் அவர்கிட்ட சண்டை போட்டதுக்கு நீதான் காரணம். சுபத்ராவுக்கு மட்டும்தான் 'தியாயாமி' கற்றுக் குடுத்திருக்கேன்னு அவர் ஒருதடவை சொன்னார். அது இயல்பாகவே எனக்கு எரிச்சலைத் தந்தது. அந்த மகேச ஸ்துதியை எனக்கும் கற்றுத் தரணும்னு கெஞ்சினேன். உனக்கு அதைப் படிக்கறதுக்கான பக்குவம் வரலைன்னு சொன்னார். ஆமாம் சுபத்ரா, நீ என் கல்யாணத்தோட ஆரம்பக் கட்டத்துல வெறுமொரு எதிரியாக மாறிட்டே.''

சுபத்ரா ஞானத்தின் கைகளைத் தன் உடலிலிருந்து உதறி வேகமாக கேட்டை நோக்கி சென்றாள்.

''நீ தவறாகப் புரிஞ்சுகிட்டே. ஒருநாளும் சாஸ்திரி என்கிட்ட ஓரவஞ்சனை காட்டினது கெடையாது.'' என்றாள்.

கேட்டைச் சார்த்திச் செல்லும்போது சுபத்ரா திரும்பிப் பார்த்தாள். எவ்வித உணர்ச்சியையும் காட்டாமல் வாசற்படியில் ஒரு சிலையாக நின்றிருந்தாள் ஞானம். அந்தப் பெண்ணின் வன்ம அலைகள் காற்றினூடாகச் சஞ்சரித்து தன்னைத் தீண்டி விடுமென சுபத்ரா அஞ்சினாள். அந்த அச்சத்தின் காரணமாக காரிலேறி அமர்ந்தாள். திரும்பிப் பார்க்காமல், விடைபெறாமல் ஹோட்டலுக்குச் சென்றாள்.

குளித்து முடித்து புதிய ஆடைகளை உடுத்தி மதுரை மீனாட்சியம்மன் கோயிலுக்குச் சென்றாள். அடுத்த நாளே மதுரையை விட்டு வேறு எங்கேனும் செல்ல வேண்டுமென அவளுக்குத் தோன்றியது. இன்றுடன் கனவு காண்பதற்கான ஆற்றலும் இல்லாமலாகி விட்டதே. ஒருமுறையேனும் அவர்

நீலாம்பரி ராகம் ஆலாபிப்பதைக் கேட்க வேண்டுமென்று எத்தனை காலமாகக் காத்திருந்தாள். சூரியன் சிதை நெருப்பைப் போல மேற்கில் எரிந்தடங்கிய போது கருணை அமிர்தமாக எழுந்தது நீலாம்பரி... சுபத்ரா கண்களைத் துடைத்தாள். இனி எதற்காக நான் வாழ வேண்டும்? இதுவரை எதிர்பார்ப்பில் வாழ்ந்து வந்தேன். மீண்டும் அங்கேயா?

பச்சைப் பட்டுப்புடவையை உடுத்து வைர நகைகள் ஜொலிக்க தேவியின் சன்னிதியில் சென்று நின்றபோது சுபத்ரா கட்டுப்பாட்டை இழந்து தேம்பியழுதாள். "நான் விதவையாகி விட்டேன் தாயே. ஒரு புதுமணப் பெண்ணைப் போல அலங்கரித்து நின்றபோதிலும் நானொரு விதவை... என்னை மன்னித்து விடு."

சட்டென அந்த அறிமுகக் குரலைக் கேட்டாள்: "சுபத்ரா நீ எப்போ வந்தே?" திரும்பிப் பார்த்தப் போது அங்கவஸ்திரம் தரித்த அரை நிர்வாணத் தோற்றத்தில் ராமனுஜம் சாஸ்திரிகள் தன்னெதிரில் நிற்கிறார்!

நரையேறிய சுருட்டை முடி. கழுத்தில் ஒற்றை ருத்திராட்சம். நெற்றியில் செந்தூரப் பொட்டு. விரிந்த மார்பு. சுருண்ட மார்பு ரோமங்கள் நரைத்திருந்தன. சுபத்ரா திகைத்தாள். சாஸ்திரிகளின் ஆவி தனது காதலால் ஈர்க்கப்பட்டு பூவுலகிற்குத் திரும்பி வந்து விட்டதா? அவரது ஆத்மா என்னை மோகிப்பதற்காக வந்திருக்கிறதா?

சுபத்ரா எதுவும் பேசாமல் அந்த மோகன உருவத்தை உற்றுப் பார்த்தாள். அதனுடைய அடையாளங்கள் தேய்ந்து தேய்ந்து போகுமென்று அஞ்சினாள்.

சாஸ்திரிகள் கோயில்நடையிலிருந்து அகன்று ஒரு தூணின் அருகில் சென்று அமர்ந்தார். அருகில் வரும்படி கைகளால் சைகைக் காட்டினார். அவள் அனுசரித்தாள்.

''சுபத்ரா என்னைக்கு வந்தே?'' அவர் கேட்டார். அக்கணம் அவள் பேசும் ஆற்றலை இழந்து விட்டிருந்தாள். தோள்மீது கை வைத்து அடுத்த கையால் அவரது ஈரம்படிந்த முகத்தைப் பிடித்து உயர்த்தினாள்.

''சுபத்ரா எதுக்காக அழறே? சுபத்ரா உனக்கு என்ன ஆனது?'' சாஸ்திரிகள் கேட்டார்.

''நீங்க இறந்து போயிட்டதா ஞானம் சொன்னாள். நான் அதை நம்பினேன்.'' என்றாள்.

''ஞானத்துக்கு சித்தபிரமை. எவ்வளவோ சிகிச்சை தந்தப் பெறகும் குணப்படுத்த முடியல. பெங்களூருக்குக் கூட்டிட்டுப் போய் ஷாக் சிசிச்சை கூட குடுத்தாச்சு.'' என்றார் சாஸ்திரிகள்.

''ஐயம் சாரி.'' என்றாள் சுபத்ரா.

''எந்தச் சுகத்தையும் அனுபவிக்க எனக்கு அதிர்ஷ்டம் வாய்க்கலை. இப்பவும் குழந்தைகளுக்குப் பாட்டுக் கற்றுக் குடுக்கறேன். இன்னைக்கும் அரைப்பட்டினியில காலம் தள்ளறேன். சுபத்ரா எப்படி இருக்கறே? சுகம் தானே? கணவரும் குழந்தைகளும் நலமா?'' சாஸ்திரிகள் வினவினார்.

''கணவர் இறந்திட்டார். நான் பிரசவிக்கலை. நோயாளிகளுக்குச் சிகிச்சை தந்து தனியாளாக வாழ்க்கையை நடந்தறேன்.'' என்றாள்.

கோயிலில் அங்குமிங்கும் தென்படும் ஆட்கள் தன்னையும் சாஸ்திரிகளையும் சந்தேகக் கண்களுடன் பார்ப்பதாக சுபத்ராவுக்குத் தோன்றியது. வேறு இடத்திற்குச் சென்று அவருடன் அமர்ந்திருக்க விரும்பினாள். முப்பத்து மூன்று ஆண்டுகள் தனது மனதில் ஒளித்து வைத்திருந்த உணர்ச்சிகளை அவரிடம் தெரியப்படுத்த ஆசைப்பட்டாள். தனது அன்பை அச்சமின்றி வெளிப்படுத்த, அந்த மார்பில் முகம் சாய்த்துப் படுக்க.

"இல்லே சுபத்ரா, உன் கூட ஹோட்டலுக்கு வர மாட்டேன். உன் பெயரைக் களங்கப்படுத்த நான் விருப்பலை." என்றார் சாஸ்திரிகள்.

சாலையோரம் நிறுத்தி வைக்கப்பட்டிருந்த காரில் அமர்ந்து தனது கடைசி காய் நகர்த்தலான அழுகையைத் தொடங்கிய போதும் சாஸ்திரிகள் சமன் குலையவில்லை.

"நம்ம ஒவ்வொருத்தருக்கும் ஒவ்வொரு கடமைகள் இருக்குது. அதை நிறைவேற்ற வேண்டியது வாழ்க்கையோட குறிகோள். உன் கணவரோட நற்பெயரைக் களங்கப்படுத்தாதே. நான் புத்தி சுவாதீனமான மனைவிக்குப் பணிவிடை செஞ்சு இங்கேயே வாழப் போறேன். வேறெந்த வழியும் இந்தப் பிறவியில நமக்குத் தீர்ப்பளிக்கப் படலை." என்றார்.

சாலையின் பின்புறம் அமைந்திருந்த ஒரு கட்டடத்திலிருந்து சட்டென நீலாம்பரி ராகத்தின் அலைகள் எழுந்தன. அதே நிமிடத்தில் வானத்தில் ஒரு வெளிறிய பிறைநிலவு தென்படுவதை சுபத்ரா கவனித்தாள்.

1994